இந்திரன்

கலையும் வாழ்வும்

தொகுப்பு
ஸ்டாலின் ராஜாங்கம்

நீலம்

நீலம்

இந்திரன்: கலையும் வாழ்வும்
முதற்பதிப்பு : ஏப்ரல் 2023
வெளியீடு : நீலம் பப்ளிகேஷன்ஸ், முதல் தளம், திரு காம்ப்ளக்ஸ், மிடில்டன் தெரு, எழும்பூர், சென்னை 600008.
நூல் வடிவமைப்பு : சிவராஜ் பாரதி
அட்டை வடிவமைப்பு : இந்திரன்
விலை ரூ.150.00

INDIRAN KALAIYUM VAAZHVUM
First Edition : April 2023
Published By **NEELAM PUBLICATIONS,**
1st floor, Thiru Complex, Middleton street, Egmore, Chennai - 600008.
Printed at Sudarsan Graphics Pvt, Chennai - 600041

ISBN: 978-93-94591-12-7
Email : editor@neelampublications.com
Mobile : +91 9894525815
INR : 150

Neelam Monthly Magazine & Subscription - www.theneelam.com
Neelam Online Store - www.neelambooks.com

பொருளடக்கம்

தொகுப்பிற்கான சில குறிப்புகள் — 05

மதிப்பீடுகள் – பார்வைகள்

'கிரகம் தழுவிய தமிழ்' மனம்:
இந்திரனின் அடையாள, அழகியல் ஊடாட்டம் — 10
ப.ஆதவன்

இந்திரன் - கலையுலகில் ஒரு சவ்வூடு பரவல்! — 18
இரா.அழகரசன்

தமிழ் என்னும் அறைக்குள் வந்த ஆப்பிரிக்க வானம் — 23
ஊ.முத்துப்பாண்டி

இந்திரன் எனும் கலை எந்திரன் — 31
தேன்மொழி தாஸ்

இந்திரன் எனும் என்சைக்ளோபீடியா — 37
கோ.லீலா

வாழிய செங்கடல் முத்தே! — 47
மௌனன் யாத்ரிகா

விமர்சனக் குறிப்புகள் — 59
நகுலன்

தமிழ் அழகியல் — 62
ஞானி

இந்திரன் கட்டுரைகள், நேர்காணல்

சென்னை: சேரிகள் எரியும் நகரம் — 66

கீழ்வெண்மணி: வெந்தும் தணியவில்லை கோபம் — 71

அவுரங்காபாத் : தலித் சிறுத்தைகளின் நகரம் — 76

நேர்காணல்
"விளிம்புநிலைத் தமிழர்களின் வாழ்வியல் அடையாளங்களில் இருக்கிறது தமிழ் அழகியல்" — 84
சந்திப்பு: ஸ்டாலின் ராஜாங்கம்

இந்திரன் கவிதைகள் — 106
மொழிபெயர்ப்பு: D.வெங்கட்ரமணன்

இந்திரன் நூற்பட்டியல் — 118

தொகுப்பிற்கான சில குறிப்புகள்

கவிதை, ஓவியம், மொழிபெயர்ப்பு, கலை விமர்சனம் எனப் பல தளங்களில் இயங்கியவர் இந்திரன். அவருடைய கலை இலக்கிய அறிமுகத்திற்கு வீட்டுச் சூழலே ஏதுவாக இருந்திருக்கிறது. தொடர்ச்சியான தேடலாலும் சிந்தனைகளாலும் அவருக்கேயுரிய கலை இலக்கியப் பார்வை உருப்பெற்றிருக்கிறது. இளவயது முதலே கவிதைகள் எழுதிவந்தாலும் 'திருவடி மலர்கள்' (1972) என்னும் மரபுக் கவிதைத் தொகுதிதான் அவருடைய முதல் தொகுப்பு. இதன்படி பார்த்தால் ஐம்பது ஆண்டுகளுக்கும் மேலாக அவருடைய இயக்கம் தொடர்கிறது. அவர் செய்துவந்திருக்கும் பணிகளில் பல முன்னோடியானவை. கடந்த தலைமுறையினர் பலரை நேரில் கண்டவர்; சிலரோடு இணைந்து இயங்கியவர். அதோடு இந்தத் தலைமுறையினரோடும் தொடர்பிலிருப்பவர். 1960களுக்குப் பிந்தைய இந்தியாவின்/தமிழகத்தின் முக்கிய அரசியல் கலாச்சார நிகழ்வுகளைக் கண்டவர். அந்நிகழ்வுகளால் தாக்கம் பெற்றதோடு அவற்றோடு தொடர்புடைய ஆளுமைகள் பலரையும் சந்தித்தவர். பாரதியால் பூணூல் அணிவிக்கப்பட்ட ரா.கனகலிங்கம், அறிஞர் அன்பு பொன்னோவியம், த.கோவேந்தன், சாரு மஜூம்தார் போன்றோரைப் பார்த்து வளர்ந்த அவர் ஜெயகாந்தன், கலைஞர் கருணாநிதி, மீரா தொடங்கி பலரோடு பழகி

செயற்பட்டவர். கறுப்பின இலக்கியத்தையும் மராத்தி சிறுத்தைகளின் இலக்கிய இயக்கத்தையும் ஒரேவேளையில் அறிமுகப்படுத்தியவர். தமிழுக்கு வெளியே இருந்த இலக்கியத்தை மட்டுமல்லாது சிற்பம், ஓவியம் உள்ளிட்ட நுண்கலைகளைப் பற்றியும் தொடர்ந்து அறிமுகப்படுத்தி எழுதிவந்தார். பிறந்து வளர்ந்து பணியாற்றிய விதங்களில் இந்தியாவின் முக்கிய நகரங்களைக் கண்ட அவர், அங்கு நடந்த இலக்கிய - பண்பாட்டுச் செயற்பாடுகளை இங்கு அறிமுகப்படுத்தினார், இங்கிருப்பதை ஆங்கிலத்தில் எழுதினார். பெருநாடுகளுக்குப் பயணம் செய்த அவர் சிறுதீவுகளுக்கும் சென்றிருக்கிறார். எங்கு சென்றாலும் அங்கிருக்கும் இலக்கியச் சூழலை தேடுபவராகவும் எழுதுபவராகவும் இருந்திருக்கிறார். ஒரு பக்கம் ஆனந்தகுமாரசாமி மற்றொரு பக்கம் சு.வில்வரத்தினம், இன்னொரு பக்கம் ஐரோப்பிய புது எழுத்து என்று இயங்கிய அவர் எந்த ஒன்றிலும் நின்றுவிட்டவராகவும் எந்த நிலைப்பாட்டிற்கும் ஒப்புக் கொடுக்காதவராகவும் இருந்திருக்கிறார். மற்றொரு பக்கம் கடவுளுக்கு முன் பிறந்த ஆதிவாசி கவிதைகளை மொழிபெயர்த்தார். நகரத்து வாழ்வின் அழகியலை எழுதிய அவர் நம்முடைய பண்பாடு ஆதிவாசிகளின் பண்பாட்டின் மீதுதான் கட்டப்பட்டது என்றார். ஓவியங்களிலும் சிற்பங்களிலும் ஆதிவாசி மரபுகளின் தொடர்ச்சியையும் அது திரிக்கப்பட்டுவிட்டதையும் நுட்பமாகச் சொல்லியவர். மேலும் உலக அளவிலான கலைசார்ந்த அழகியலைப் பேசினாலும் உள்ளூர் பாட்டிகளின் பாம்படம், கானா, பௌத்த - சமணச் சிற்ப ஒழுங்கு பற்றியும் சிந்தித்து அழகியல் பற்றிய பார்வையை முன்வைத்துவந்தார்.

இந்திரன் புறநிலையில் மட்டுமல்லாது அகநிலையிலும் கலைப் பண்பைப் பேணியவர். அவருடைய நூலாக்கம், அட்டைப்படம் பற்றியே தனியே பேசலாம். தமிழில் உருவாகியிருக்கும் புத்தகப் பண்பாட்டுக்கு இந்திரன் முக்கியப் பங்களித்திருக்கிறார். அவருடைய நூல்களில் அட்டைப்படம், எழுத்துரு, புகைப்படங்கள் ஆகியவற்றைக் கையாள்வதில் மிகுந்த செய்நேர்த்தியைக் கையாண்டார். அவருடைய ஓவியம், ஒளிப்படங்கள் ஆகியவற்றை வைத்து அவரே அட்டைப்படங்களை உருவாக்கியதோடு பிறரின் ஓவியங்களை - படங்களைத் தாங்கிய அட்டைகளையும் கையாண்ட அவருடைய நூல்களையும் பார்க்கலாம்.

அது மட்டுமல்லாது அன்னம் பதிப்பகம் பாரதி நூற்றாண்டை ஒட்டி நவகவிதை வரிசை என்ற வரிசையைக் கொணர்ந்தபோது

அதன் அழகிய வடிவமைப்பில் இந்திரன் பங்கு வகித்தார் என்பது குறிப்பிடத்தக்கது. மேலும், நவகவிதை நூல்களுக்கு அமைந்த பெயரில்லாத குறிப்புகள் பலவும் அவர் எழுதியவை. தமிழின் சிறு பத்திரிகை மற்றும் தீவிர சிந்தனைகளுக்கான நூல்களிலும் அவரின் உதவி இருந்தது. ரவிக்குமாரின் முதல் கவிதைத் தொகுப்பிற்கும், ராஜ் கௌதமனின் 'தலித் பண்பாடு' நூலிற்கும் இந்திரன்தான் அட்டைகளை வடிவமைத்தார். இவை தவிர அரசின் வள்ளுவர் கோட்டம், குமரி வள்ளுவர் சிலை உருவாக்கத்தை ஒட்டி நடந்த ஓவியர்கள் மற்றும் சிற்பிகள் ஒருங்கிணைப்பு, அதையொட்டி வெளியான மலர் - கண்காட்சி ஆகியவற்றிலும் இந்திரன் பெரும் பங்கு வகித்தார். ஞாநி ஜூனியர் போஸ்ட் இதழின் பொறுப்பாசிரியராக இருந்தபோது அதில் ஆர்ட் அறிமுகத்தைத் தொடராக எழுதினார். தமிழ்நாடு அரசு நடத்திய நுண்கலை இதழின் ஆசிரியராக இருந்து பலரை அறிமுகப்படுத்தினார் என்பது குறிப்பிடத்தக்கது.

இந்திரனுக்கு எத்தகைய அரசியல் இருந்தது என்று கேட்கக் கூடும். அவருக்கு அரசியல் உண்டு. அவர் எப்போதும் எதிர்மறைகளை உருவாக்காதவர். இது மட்டுமே சரியானது என்றோ பொதுப்புத்தியால் மேன்மையானது என்றோ கட்டமைக்கப்பட்டவற்றையோ பேசாதவர். இது ஒன்று. மற்றொன்று மனித சமூகம் கூட்டுப் பண்பாட்டால் ஆனது என்பதைச் சொல்லாமல் சொன்னவர். ஒற்றை அழகியல்தான் - ஒற்றைப் பண்பாடுதான் என்று அறியப்பட்டவற்றை அதன் கலைப்பண்பு கருதிப் பேச வேண்டியிருந்தால் அதன் அடிநாதமாய் இருந்த வேறொரு பண்பாட்டையும் சொல்லுவார் அல்லது அப்படியொன்றைக் கொணர்ந்து இணைத்து மாற்று அழகியல் பார்வையை முன்வைப்பார். இது அவரைப் பற்றிய என்னுடைய பார்வை. இந்த வகையில் அவருடைய 'தமிழ் அழகியல்', 'கவிதையின் அரசியல்' என்கிற இரண்டு நூல்களும் முக்கியமானவை. அவர் தமிழ் என்பதை வெறும் மொழியாக மட்டுமே சுருக்கிக்கொள்ளவில்லை. அந்த வகையில் இந்திரன் ஒரு கலைஞன்.

இந்தப் பின்னணியில்தான் அவருடைய வாழ்நாள் பணிகளை மதிப்பிட்டு 'நீலம் பண்பாட்டு மையம்' தான் நடத்தக்கூடிய வானம் கலைத் திருவிழாவின் பிரதான அங்கமான வேர்ச்சொல் இலக்கியக் கூடுகையில் 'வேர்ச்சொல் தலித் இலக்கிய விருது 2023' வழங்குகிறது. அதையொட்டி இந்திரன் பற்றிய இந்தத் தொகுப்பு வெளியிடப்படுகிறது. இவற்றில் இந்திரன் பற்றி வெவ்வேறு தருணங்களில் முன்னோடிகள் எழுதிய குறிப்புகள் இடம்பெற்றிருக்கின்றன. அதோடு இந்திரனை

கவனித்துவந்தாலும் அவரைப் பற்றி எழுதாத புதிய நண்பர்களின் மதிப்பீடுகளும் இடம்பெற்றிருக்கின்றன. புதிய முயற்சியாக இந்திரன் கவிதைகளின் ஆங்கில மொழிபெயர்ப்பு இடம்பெற்றிருக்கிறது. அவற்றோடு இந்திரன் எழுதியவற்றிலிருந்து வேர்ச்சொல்லுக்கு நெருக்கமான மூன்று கட்டுரைகளும் நீலம் இதழில் வெளியான அவருடைய நேர்காணலும் இடம்பெற்றிருக்கின்றன. அவரது நூற்பட்டியல் பின்னிணைப்பாகத் தரப்பட்டுள்ளது. இத்தொகுப்பு அவரைப் பற்றிய முழு மதிப்பீட்டு நூலன்று. ஆனால், அவரை வாசிப்பதற்கான - புரிந்துகொள்வதற்கான சிறு வாய்ப்பாடு மட்டுமே. குறிப்பாக அவரின் எழுத்து மட்டுமல்லாது கலைச் செயல்பாடுகள், அட்டைப்படங்கள் பற்றிய குறிப்புகள் கட்டுரைகளில் இடம்பெற்றிருப்பதைக் கூறலாம்.

இத்தொகுப்புக்காகத் திட்டமிட்ட சிலரால் உரிய நேரத்தில் கட்டுரைகளைத் தர முடியாமல் போய்விட்டது. இத்தொகுப்பில் இடம்பெற்றுள்ள இந்திரன் கட்டுரைகள் மூன்றும் டிஸ்கவரி புக் பேலஸ் வெளியிட்ட 'இந்திரன் காலம்' நூலிலிருந்து எடுக்கப்பட்டது. டிஸ்கவரி புக் பேலஸிற்கும் இந்திரனுக்கும் நன்றி. தொகுப்புக்கான நன்றிக்குரியவர்கள் உண்டு. வாசுகி பாஸ்கர், அழகரசன், ப.ஆதவன், ஏ.பி.ராஜசேகரன் ஆகியோரை முதலில் கூற வேண்டும். கட்டுரைகள் வழங்கிய பேராசிரியர் வெங்கட்ரமணன், தேன்மொழி தாஸ், கோ. லீலா, மௌனன் யாத்ரிகா, ஊ.முத்துப்பாண்டி ஆகியோருக்கும் குறுகிய காலத்தில் நூலாக்கத்தைச் சாத்தியப்படுத்திய சிவராஜ் பாரதி, இலஞ்சி.அ.கண்ணன் ஆகியோருக்கும் நன்றி. தொகுப்பு வருவதற்குத் தூரத்துக் காரணர்களாக இருந்த - அட்டைப்படமும் தந்த இந்திரன், இயக்குநர் பா.இரஞ்சித் ஆகிய இருவருக்கும் இவ்வேளையில் நன்றி கூறுகிறேன்.

- ஸ்டாலின் ராஜாங்கம்

மதிப்பீடுகள் – பார்வைகள்

'கிரகம் தழுவிய தமிழ்' மனம்: இந்திரனின் அடையாள, அழகியல் ஊடாட்டம்

ப.ஆதவன்

எழுத்தாளர் இந்திரன் அவர்களை 'கலை விமர்சகர்' என்று அறிந்திருந்தாலும், அவ்வப்போது அவரது கவிதைகளை வாசித்திருந்தாலும், நவயானா பதிப்பகத்தின் பாபாசாகேப் அம்பேத்கரைப் பற்றிய சித்திரங்கள் குறித்த நூல் வெளியீட்டு விழாவில்தான் அவரை முதல்முறையாகச் சந்தித்தேன். அந்நூலில் அம்பேத்கரின் காலத்தில் வந்த நாளிதழ்களிலும் இதழ்களிலும் அவரது பிம்பம் எவ்வாறு கட்டமைக்கப்பட்டது என்பதை சியாம சுந்தர் மிகவும் சிரத்தையோடு காட்டியிருப்பார் (*Unnamati Syama Sundar, No Laughing Matter: The Ambedkar Cartoons 1932-1956, Navayana, 2019*). அந்நிகழ்வில் இந்திரன், நூலிலிருந்து ஒவ்வொரு படமாகக் காட்டி அம்பேத்கரின் பிம்பம் எவ்வாறெல்லாம் உருவாக்கப்பட்டது என்பதை அரசியலோடு கலைப் பூர்வமாகவும் விளக்கினார். அதன்பிறகே அவரது எழுத்துகளை வாசிக்கத் துவங்கினேன். அவரது கவிதைகளும் மொழிபெயர்ப்புக் கவிதைகளும் அதிகம் கவனம் பெற்றிருந்தாலும் அவரது கட்டுரைகள், குறிப்பாகத் தமிழ் (கலை) அழகியல் சார்ந்த அவரது தொடர்ந்த சிந்தனை மேலும் கவனம்பெற வேண்டும். இத்தகைய சிந்தனையிலும் செயல்பாட்டிலும் தமிழ் அடையாளம் சார்ந்து கிரகம் தழுவிய பண்பாட்டுக்கும் உள்ளூர்ப் பண்பாட்டுக்கும் இடையே அவருள் ஓர் ஊடாட்டம் இருப்பதைக் காண

முடிகிறது. அவ்வூடாட்டம் பற்றியும் அதை அவர் கடக்கும் பிரயத்தனங்கள் குறித்தும் பேசலாம் என்று நினைக்கிறேன்.

'தமிழ் அழகியல்' என்ற கருத்தாக்கத்தை வரலாற்றுப் பின்னணியிலும் நவீனச் சமூகப் பின்னணியிலும் வைத்துப் பார்க்கிறார் இந்திரன். 'தமிழர் கலை' என்பதைத் தமிழக, ஈழ எல்லைகளுக்கப்பால், தமிழர்கள் உலகம் முழுக்கப் பரவலாகக் குடியேறியும், கலை இலக்கியப் படைப்புகளில் ஈடுபடத் துவங்கியும், யாரையும் நொடிப்பொழுதில் இணைக்கும் வலைத்தளம் என்ற பெருவெளிக்குள் வசிக்கத் துவங்கிய இன்றைய சூழலில் இக்கருத்தாக்கத்தை முன்வைக்கிறார். இக்கருதுகோள் 'தமிழ்' என்ற அடையாளம் குறித்த கேள்வியையும், 'தமிழ் அழகியல்' என்று எதைச் சொல்லப் போகிறோம் என்ற சிரத்தையையும் உள்ளீடுகளாகக் கொண்டுள்ளது. இங்கு நமக்கு இயல்பாகச் சில கேள்விகள் எழலாம். அவற்றை இந்திரனும் விரிவாகவே கேட்டுப் பார்க்கிறார்:

- உலகமயமாக்கச் சூழலில் பிரத்தியேகம் என்று ஏதாவது இருக்க முடியுமா?
- அனைவருக்கும் பொதுவான விஞ்ஞானம், பொருளாதாரக் கொள்கைகள் வகுத்துக்கொள்ளும்போது, கலை இலக்கியத்தில் மட்டும் தமிழ் என்று அடையாளம் தாங்கிவரும் எதுவும் தேவையா? அப்படி ஏதும் வந்தாலும் தனித்துவமாக இயங்க முடியுமா?
- தமிழ் அழகியல் என்பதனை எந்தெந்தக் கலைகளில் அடையாளம் காண முடியும்? அவ்வழகியலின் தரவுகள் (sources) யாவை?
- 'தமிழ் அழகியல்', 'தமிழ்ப் பண்பாடு' என்றால் பழைமைக்குத் திரும்பிவிட வேண்டுமா?

1990களில் உலகமயமாக்கலுக்கு ஆட்பட்ட இந்தியச் சூழலில் தனிமனிதரின் அடையாளம் குறித்தும், சமூகங்களின் அடையாள வரையறை குறித்தும் விவாதங்கள் எழுந்த நிலையில், கலைஞரின் அடையாளம் குறித்து யோசிக்கிறார் இந்திரன். "மேலை பண்பாடு தனது பலமான தகவல் தொடர்புகளின் மூலமாகவும் அரசியல் பலத்தினாலும் நமது பண்பாட்டு விதைகளை நம்மிடையே விதைத்துக்கொண்டே இருக்கிறது. தொழிற்நுட்ப அறிவியல் வளர்ச்சி கிரகம் தழுவிய ஒரு பண்பாட்டின் பங்காளிகளாக இருக்கிறோம் என்கிற பெருமிதத்தை நமக்குக் கொடுக்கிறது" என்று

சூழலை அர்த்தப்படுத்தும் இந்திரன், ஒரு தமிழ்க் கலைஞருக்கு எழுந்திருக்கும் சவாலைச் சுட்டிக்காட்டுகிறார் ('தமிழ் அழகியல்', 46). அன்றாடம் நடக்கக்கூடிய பாதிப்புகள் எளிதில் அடையாளம் காண முடிபவை. ஆனால், உளவியல் ரீதியானவை இன்னும் சிக்கலானது. இம்மாற்றங்களை எதிர்கொள்ள தமிழ் கலை மனமானது தன்னைத் தத்துவார்த்த ரீதியில் தயார்படுத்திக்கொள்ள வேண்டும் என்கிறார். இங்கு தமிழருக்கு இரு முகங்கள் பிறக்கின்றன: புதிய அடையாளங்களை வரவேற்கும் மகிழ்ச்சியான முகம், அவற்றை எதிர்கொள்ளும் பதற்றமான முகம். இது இரண்டுக்குமான அவரது மறுமொழிதான் 'தமிழ் அழகியல்.'

பிரத்தியேகம் குறித்த விளக்கத்திற்கு இந்திரன் பாரீஸ் பல்கலைக்கழகத் தத்துவப் பேராசிரியரான மைக்கேல் டப்ரேனின் வார்த்தைகளை மேற்கோளாகக் காட்டுகிறார்: "அதாவது கன்சாஸ் கணிதம் என்றோ சோவியத் உயிரியல் என்றோ எதுவும் இல்லை என்று சொல்ல முடியும். ஆனால், பாலினேசிய நம்பிக்கை, ஸ்பானிய கலைப்போக்கு என்று ஒன்றும் இல்லை என்று நாம் கூற முடியுமா? கவிதையை உண்மையில் மொழிபெயர்க்க முடியாது என்று நமக்குத் தெரியும் அல்லவா?" (தமிழ் அழகியல், 50). ஆக, பிரத்தியேகம் அல்லது தனித்துவம் என்பது கலையில் சாத்தியம் என்று நிறுவுகிறார்.

இப்பார்வையில் மரபையும் விட்டுவிடாமல், நவீனத்துவத்தோடும் கைகோத்துச் செல்ல முடிகிற சாத்தியப்பாட்டை அவர் இனங்காட்டுகிறார். எனவேதான், அவரது வாதங்கள் ஒரே நேரத்தில் 'நியூ கிளாசிக்கல்' (*Neoclassical*) ஆகவும் நவீனத்துவம் (*Modernism*) சார்ந்தும் இருக்கிறது. ஆனால், இந்திரன் ஒரு கற்பனாவாதி (*Utopian*) அல்ல, அவர் ஒரு நடைமுறைவாதி எனலாம் (*Pragmatist*). ஆதலால்தான் தமிழ் அழகியலை ஒருநாள் இரவில் கட்டிவிட முடியாது என்கிறார். இந்த இரண்டும் ஒன்றினையும் புள்ளியாக இரண்டு செயல்பாடுகளைச் சுட்டுகிறார்:

1. கலை விமர்சனத்திற்கான சொல்லாடலை உருவாக்க வேண்டும். அழகியல் சொற்களுக்கான வரையறைகளைச் செய்ய முயற்சிக்க வேண்டும்.

2. பழைய சிற்பங்களை, இசைக் கருவிகளை, ஓவியங்களை இன்றைய புரிதலுடன் கூடிய விமர்சனத்திற்கு உள்ளாக்க வேண்டும்.

பழ மரபுகளை இன்றைய தேவையின் ஒருபகுதியாக மாற்றி அவற்றைத் தற்கால தமிழ்ப்படைப்பின் ஓர் அங்கமாக மறு

உயிர்ப்பிக்க முடியும் என்கிறார். இதற்கு மூக்கையா, பி.பெருமாள் ஆகியோரின் கலைகளை உதாரணமாகச் சொல்கிறார்.

தமிழ்க் கலை என்று பேசும் இந்திரன், அது சர்வதேசக் கலையாகவும் இருக்க வேண்டும் என்கிறார். அப்படி இரண்டுமாக இருக்க முடியுமா? சர்வதேசக் கலை என்று இந்திரன் குறிப்பிடுவது எல்லோருக்கும் பொதுவானது என்பதல்ல, மாறாகச் சர்வதேச அளவில் அனைவரின் உணர்வுகளுடன் உறவாடுவதாக இருத்தலே சர்வதேசக் கலையாகும். இந்தக் கலையைத் தமிழ் அழகியல் உணர்வோடு கட்டியமைக்கவே இந்திரன் விரும்புகிறார். "தனது பண்பாட்டின் ஆழத்துக்குச் சென்று சிறப்பான பண்பாட்டுக் கூறுகளைக் கண்டறிந்து உலகப் பண்பாட்டிற்கு அவற்றைத் தங்களது பண்பாட்டின் சார்பிலான ஒரு பரிசாக அளிக்க வேண்டும்" என்று விழைகிறார் ('தமிழ் அழகியல்', 51) இந்தப் பண்பாட்டுக் கூறுகளை எங்குத் தேடுவது? பழைய ஏடுகளிலும், செவ்வியல் நூல்களிலுமா என்றால் அவற்றில் மட்டுமல்ல என்பதே அவரது பதில். பிரதிகளுக்கு வெளியிலும் இப்பண்பாட்டுப் பொருள்களை இனங்காண முடியும். வாழும் மக்கள் தம் 'சாதாரண' வாழ்க்கையிலேயே பண்பாட்டுக் கூறுகளை வெளிப்படுத்துவார்கள். ஆக, பிரதிகளுக்கு வெளியேயும் அழகியலின் தோற்றுவாயைக் கண்டடைய முடியும் என்று இந்திரன் வழிகாட்டுகிறார்.

எனினும், தமிழ் அழகியல் முன்னோடியாக இந்திரன் காட்டுவது தொல்காப்பியரையே. அவரை இலக்கணம் வரையறுப்பவராக *(Grammarian)* மட்டுமே பார்க்க முடியாது என்றும் அவரை அழகியலாளராகவும் *(aesthetician)* நிறுவ வேண்டும் என்று இந்திரன் வாதிடுகிறார். இங்குதான் தமிழ் அழகியல் என்னும் கருத்தாக்கமானது வெறும் அரசியல் சொல்லாடல் அல்ல, தத்துவார்த்தச் சொல்லாடல் என்று கொள்ள முடிகிறது. இப்படிச் சொல்வதால் இந்திரனின் வாதத்தில் அரசியல் இல்லை என்பதல்ல. தனது கலை, கவிதைச் செயல்பாடுகளில் மேலோட்டமாகப் பார்த்தால் அரசியலற்ற, அழகியல் மட்டுமே இருப்பதாகத் தோன்றும். ஆனால், அவை அனைத்தும் அவரது காத்திரமான அரசியல் சொல்லாடல்களே. எனினும் தீவிர நேர்த்தியையுடைய அவரது கலை படிமங்களின் ஆழத்தில் அவை அடங்கி வெளிப்படும்.

பண்பாட்டுக் கூறுகளை ஒரு சமூகத்தின் இலக்கிய வரலாற்றிலிருந்து தேட வேண்டும் என்று கூறுகிறார். சான்றாக, தமிழ் இலக்கியத்தில் ஓவியர்களைக் 'கண்ணுள் வினைஞர்' என்று மதுரைக் காஞ்சியிலும், ஓவிய மரபை 'உள்ளக் கிழியில் உருவெழுதி' என்று சங்கக்

கவிதையில் குறிப்பிடப்படுவதையும் கோடிட்டுக் காட்டலாம் ('தமிழ் அழகியல்', 65; 'கவிதையின் அரசியல்', 110). இதன் தொடர்ச்சியாகத் தொல்காப்பியரின் திணைப் பற்றிய கோட்பாட்டைத் தமிழ் அழகியலின் கோட்பாட்டுக்கு விதையாகக் காண்கிறார். திணைக் கோட்பாடு இலக்கணத்தை மட்டும் பேசவில்லை. மாறாக, "தமிழனின் வாழ்வியல் தத்துவத்தையும் பேசுகிறது என்பதை நாம் வசதியாக மறந்துவிடுகிறோம்" என்று அவர் கூறும்போது தமிழனின் வாழ்க்கை தத்துவார்த்தம் சார்ந்ததாகப் பார்க்கிறார் என்று கொள்ள முடியும் ('தமிழ் அழகியல்', 68).

தமிழர்கள் உலகின் பல்வேறு பகுதிகளிலும் புலம்பெயர்ந்து வாழும் இன்றைய காலகட்டத்தில் தொல்காப்பியரின் திணைக் கோட்பாட்டை மேலும் விரிவுபடுத்த வேண்டும் என்று சொல்வதைப் பனிப்பிரதேசத்தை ஆறாம் திணையாகப் பார்ப்பதை இங்குச் சுட்டிக்காட்டலாம். மேலும், திணைக் கோட்பாட்டை இன்றைய சூழலுக்கு ஏற்ப விரிவாக்க வேண்டும் என்று ஐயப்ப பணிக்கர் போன்ற அறிஞர்கள் சொல்வதையும் இணைத்துப் பார்க்கலாம். இதன் நீட்சியாகத்தான் பிரதேச ரீதியாகத் தமிழ்ப் பண்பாடு என்ற ஒன்றை வரையறுக்க முடியாது என்கிறார். ஆனால், இலங்கை, மலேசியா போன்ற நாடுகளில் வாழும் கலைஞர்களும் தமிழ் அழகியலுக்குப் பங்களிக்க வேண்டும் என்று கருதும் அவர், அப்படி அவர்கள் பங்காற்றும்போது தமிழ் அழகியல் தன்மை எவ்வாறு உருப்பெறும் என்பதை முழுமையாக அவதானிக்கவில்லை. எதார்த்தத்திலிருந்து கலை உருவாகும் என்றால், அது எவ்வாறாக வளரும், பன்முகத்தன்மை கொண்டதாக இருக்க முடியும் என்ற குறிப்பு அவரிடம் இருந்தாலும் அது எத்தகையதாக இருக்கும் போன்ற கேள்விகளுக்கு விரிவான பதில்கள் அவரிடம் காண முடிவதில்லை. இவையே அவரது படைப்புகள் குறித்த வரையறைகளை, இன்னும் முக்கியமாக, விமர்சனம் குறித்த பார்வையைச் செதுக்கியிருக்கிறது.

இனி அவரது தமிழ் அழகியல் என்பது கவிதை விமர்சனம் பற்றிய அவரது பார்வையை எவ்வாறு பாதித்திருக்கிறது என்பதைப் பார்ப்போம். கடல் அலைகள் கடலுக்குள்ளேயே சமாதி ஆகிவிடுவது போலக் கவிதையின் செயல்பாடு கவிதைக்குள்ளேயே ஒடுங்கிப் போவது தற்காலத்துக்குப் பொருத்தமானது அல்ல என்பது அவர் வரையறை ('கவிதையின் அரசியல்', 40). இதன் அர்த்தம் கவிதையை அதன் மொழியை மட்டும் கொண்டு அதன் அழகு சார்ந்த விமர்சனமாக இல்லாமல் பன்முகத்தன்மை கொண்ட விமர்சன

மொழியை உருவாக்க வேண்டும் என்று கவிதை விமர்சனப் போக்கினை விமர்சிக்கிறார். இங்குதான் தமிழ் அழகியல் என்பது படைப்புகளை மட்டுமே உள்ளடக்கியதாக இல்லாமல் விமர்சனத்தையும் கலையாக, அழகியலாகப் பாவிப்பது புரிகிறது. அதாவது, கவிதை விமர்சனம் என்பது தட்டையாக விமர்சகனின் விருப்பு/வெறுப்பு சார்ந்து இயங்க முடியாது என்பதாக விரிகிறது.

அவரே அப்படியான பன்முகத்தன்மை வாய்ந்த சீறிய முயற்சிகளை அடையாளம் காட்டியிருக்கிறார். தலித் வாசிப்பாக மட்டுமே பார்க்கப்பட்ட ராஜ் கௌதமனின் பெரியபுராணம் பற்றிய வாசிப்பைக் கவிதை வாசிப்புக்கான ஒரு கோட்பாட்டு முறையாக இந்திரன் பார்ப்பதைச் சொல்லலாம். இங்கு, 'தலித் பண்பாடு' நூலுக்கு இந்திரன் வரைந்த முகப்பு அட்டையைக் குறிப்பிட்டுச் சொல்ல வேண்டும். வெள்ளைத் தாளில் செம்மண் நிறத்தில் மனிதனின் முகம், அம்முகத்தில் கண்களை மறைத்துக்கொண்டு அமர்ந்திருக்கிறது பருந்து! அந்நூலின் வாதங்களோடு, இதன் அர்த்த ஆழங்களைத் தனியே விவாதிக்க வேண்டும்.

கவிதையின் மொழி சார்ந்தும் இந்திரன் சிந்தித்திருக்கிறார். உதாரணமாக, எழுத்து நடையை எடுத்துக்கொள்வோம். கவிதையின் மொழி பேச்சு நடையாக இருக்க முடியுமா என்று நோக்கும் இந்திரன், நவீனக் கவிதை மரபில் பேச்சு வழக்குத் தமிழ்த் தன்மையை உணர்த்துவதாக இருக்க முடியும் என்று விவாதிக்கிறார். வட்டார இலக்கியம் என்றால் நாவல், உரைநடை இலக்கியம் சார்ந்துதான் யோசிக்கிறோம். பேச்சு வழக்கு கவிதை 'வட்டாரக் கவிதை' என்ற வகை(மை)யில் வருமா என்று சிந்திக்கத் தூண்டுவதாக அவரது எழுத்துகள் அமைந்துள்ளன.

இந்திரனின் தமிழ் அழகியல் சிந்தனையை அவரது எழுத்துகளில் மட்டும் பார்க்க முடியாது. சான்றாக, அவரது அட்டைப் படங்களையும் அட்டை ஓவியங்களையும் எடுத்துக்கொள்ளலாம். அன்னம் பதிப்பக நூல்களுக்கானவையானாலும் சரி, அவரது நூல்களுக்கு வடிவமைத்தவையானாலும் சரி, அவை எவ்வாறு ஒருசேர தமிழ்த் தன்மையோடு, மண்வாசனையோடு அமைந்திருக்கிறதோ, அதேவேளையில் நவீனத்துவக் கூறுகளோடும் மேற்கின் சாயலோடும் அமைந்திருக்கின்றன. இந்த வெளிப்பாட்டையே அவரது மொத்தச் செயல்பாட்டின் ஊடாட்டமாகக் கொள்ளலாம்.

இந்திரனின் எழுத்துகளில் மட்டும் அவரது தமிழ் அழகியலைத் தேடினால், சொல் எத்தனங்கள் என்ற அளவில் அவரது தேடலைச்

சுருக்கிவிட முடியும். ஆகவேதான் எழுத்துக்கு வெளியில் அவரது இயக்கத்தினைப் புரிந்துகொள்ள வேண்டும். உதாரணத்திற்கு இரு முயற்சிகளை நாம் கவனப்படுத்தலாம்: ஒன்று, திருவள்ளுவர் சிலையைக் கன்னியாகுமரியில் திறக்கும்போது இந்திரனின் தலைமையில் ஒரு கண்காட்சியை ஏற்பாடு செய்தார் கலைஞர் கருணாநிதி. குறளின் ஒவ்வோர் அதிகாரத்திற்கும் ஓர் ஓவியம் என அக்கண்காட்சி அமைந்திருந்தது. அதற்காக இந்திரன் தமிழ்நாட்டுக்கு உள்ளும் வெளியிலும் ஓவியர்களை அடையாளம் கண்டு 133 ஓவியங்களைக் காட்சிப்படுத்தினார்; 2012இல் உலக அரங்கில் கிரகம் தழுவிய தமிழ்க் கலை முயற்சியாகச் சேனாதிபதி, நந்தன், மகேந்திரன், பாலசுப்பிரமணியன், ரபீக் என இருபது தலைசிறந்த தமிழ் ஓவியர்களைத் தேர்ந்தெடுத்து அவர்களது ஓவியங்களைப் பாரிஸ் நகரில் கண்காட்சிக்கு வைத்தது ஆகிய முக்கியமான செயல்பாடுகளை அவரது கலை, அரசியல் செயல்பாடாகவும், 'தமிழ் அழகியல்' கருத்தாக்கத்தின் அங்கமாகவும் பார்க்கலாம்.

"பண்பாடுகள், அல்லது பண்பாடுகள் என்றழைக்கப்படுபவை கலப்பதில்லை. அவை ஒன்றையொன்று சந்திக்கின்றன, எதிர்கொள்கின்றன, மாற்றியமைக்கின்றன, மறு வடிவமைக்கின்றன. ஒன்று மற்றொன்றை வளர்க்கிறது, செழுமையைக் கூட்டுகிறது அல்லது குறைக்கிறது அல்லது ஒன்று மற்றொன்றின் மீது படர்கிறது," என்று ழாக்-லூக் நான்சி சொல்வதை, தமிழ்ப் பண்பாடு உலகப் பண்பாடோடு கொள்ளும் உறவைப் பற்றிய இந்திரனின் பார்வையோடு ஒப்பிட்டுப் புரிந்துகொள்ளலாம் ('*Being Singular Plural*', 152).

இவ்வாறாக, காத்திரமான கலை, அரசியல் உணர்வோடு, ஓவியம், கவிதை, மொழிபெயர்ப்பு என யாவும் சந்திக்கும் புள்ளியாக, அரிதான ஓர் இடமாக இந்திரனின் மனம் இருந்துவருகிறது. அவருடனான நேர்ப்பேச்சில் அவரது தந்தையின் திறந்த மனதைக் குறித்தும் அது எவ்வாறான பால்யத்தை அவருக்குத் தந்தது என்பதைக் குறித்தும் அறிய முடிந்தது. அதுவே அவரின் பார்வைக் கோணத்தையும், அதன் பண்பாட்டுக்கும் நவீனத்துக்கும் இடையேயான ஊடாட்டத்தையும், எழுத்தையும் செதுக்கியிருக்கிறது என்பதைப் புரிந்துகொள்ள முடிந்தது.

உதவிய நூல்கள்:

1. இந்திரன், 'கவிதையின் அரசியல்', அலைகள் வெளியீடு, 2001.
2. 'இந்திரன் காலம்: ஒரு காலை', இலக்கிய சாட்சியம், 2020.
3. 'தமிழ் அழகியல்', டிஸ்கவரி, 2021.
4. K. Ayyappa Paniker (Trans. Josy Joseph), 'Akam Porul and Puram Porul: Suggestions towards Modernising Ancient Dravidian Poetics', Selected Essays, edited by K. Satchidanandan Sahitya Academy, 2017.
5. Jean-Luc Nancy (Trans. Robert D. Richardson, Anne E. O'Byrne), 'Being Singular Plural', Stanford University Press, 2000.

இந்திரன் - கலையுலகில் ஒரு சவ்வூடு பரவல்!

இரா.அழகரசன்

"பிரமாதங்க! நல்ல மணம். பதமாக வேகவைத்து, சரியான அளவு இஞ்சி, பூண்டு, மிளகாய் போட்டுக் கிளறி எடுத்த சுராப் புட்டு! சமைத்தக் கைப்பக்குவம் தெரியுது!" என அதனைச் சுவைத்தபடியே சொன்னார் இந்திரன். அன்றைய தினத்திலிருந்து, வீட்டில் சுராப் புட்டுச் சமைக்கும்போதெல்லாம் எங்களுக்கு இந்திரன் சார் சொன்னதுதான் நினைவுக்கு வரும். பின்னாளில் அவர் எனக்கு அன்பளிப்பாகக் கொடுத்த கவிதைத் தொகுப்பில் 'கரீபியன் சமையல்' என்ற இந்தக் கவிதையை வாசித்தபோது அன்று சுராப் புட்டைச் சுவைத்து அவர் கூறியதே கவிதையாகிவிட்டதோ எனத் தோன்றியது:

நிலத்து நண்டு, வேகவைத்த நத்தை, புகையில்
பொரித்த மீன்
இவற்றோடு
தேங்காய்ப் பால், அன்னாசி, உருளைக் கிழங்கு,
மிளகு
இவற்றோடு கொஞ்சம் கண்ணீர், வியர்வை,
நம்பிக்கை, துரோகம்
மூச்சு முட்ட கட்டி அணைக்கும் காதல் என்று
இளஞ்சூட்டில் சமைத்தெடுக்கப்பட்ட உணவு...

2007இல் எழுத்தாளர் கி.ரா.வின் 80ஆவது வயதில் கவிஞர்

இளவேனில் தனது ஸ்டுடியோ மாடியில் ஏற்பாடு செய்திருந்த, அவரது புகைப்பட ஆல்பம் வெளியீட்டு விழாவுக்கு வந்திருந்த தருணம் இந்திரன் எங்களது வீட்டிற்கு வந்தபோது நடந்த நிகழ்வுதான் அது. தோழர் ராஜி, எழுத்தாளர் விசாலம், பஞ்சாங்கம், ரவிக்குமார், நடிகை ரோகிணி என எழுத்தாளர் - வாசகர் சந்திப்பாக அந்நிகழ்வு அமைந்திருந்தது. கி.ராவின் கதையோட்டத்தோடு கலந்த மிக இயல்பான எள்ளல், நகையுடன் கூடிய விவரணைகளில் கவித்துவம் உள்ளதென்று அத்தருணம் கூறினார். அதன்பின் கி.ராவை வாசிக்கக் கிடைக்கும் தருணங்களில், இந்திரன் கூறியதே என் வாசிப்பை வழிநடத்திச் செல்வதாய் இருக்கும். கூட்டத்தில் பேசிய ரோகிணி, கி.ராவை வாசித்துணரும் தருணங்களில் அந்த Productஐ விட, அதனுடன் பயணிக்கும் processதான் சுவாரஸ்யமானதாக இருக்கும் எனக் கூறினார். அப்போது இந்திரன் என் பக்கம் திரும்பி காதோரமாய், "அதற்கு உள்ளீடாகப் பாலியல் குறிப்பும் இருக்கிறது", எனக் கூறியதைக் கேட்டு அதிர்ந்து போனேன். அந்த நிகழ்வுக்குப் பிறகு பல நாட்கள் அவர் கூறியது என்னை ஆட்கொண்டிருந்தது. அது பூக்கோ சொன்ன இந்தக் கருத்தை நினைவுக்குக் கொண்டுவந்தது. "எழுத்துலகுக்கும், காதல் உறவிற்கும் எது உண்மையோ, அதுவே வாழ்க்கையிலும் உண்மையாக இருக்கிறது..." அப்போதுதான் இந்திரன் கூறியதன் தத்துவார்த்த பின்புலம் புரிந்தது.

ஆங்கிலத் துறையிலிருந்து தமிழாய்வுக்கு வந்து சேர்ந்த எனக்குச் சிறுபத்திரிகை கூட்டமொன்றில்தான் அவருடன் அறிமுகம் கிடைத்தது. நவீனத்துவம் என்பதே மேற்கத்தியப் போக்குதான் என்ற எனது ஆங்கிலத் துறை சார்ந்த புரிதலுக்கு, தமிழ் நவீனத்துவம் என பாரதியை முன்வைத்துப் பேசியதைக் கேட்டு அவரது நூல்களைத் தேடியபோது என்னை ஈர்த்தது, அவர் தொகுத்த இரண்டு தொகுப்புகள்.

கறுப்பினத்தவரின் படைப்புகளை மட்டும் மையப்படுத்தியிருந்த 'அறைக்குள் வந்த ஆப்பிரிக்க வானம்' என்ற தொகுப்புக்குப் பின், மூன்றாம் உலகப் படைப்புலகம், பல்வேறு இந்தியப் பிராந்திய மொழிகளில் வெளியான தலித் இலக்கியங்கள் என ஓர் ஒப்பியல் கண்ணோட்டமாக நகர்ந்தது இந்தத் தொகுப்புகள். ஒப்பியல் முறைமைக் குறித்த ஆர்வங்கொண்ட என்னை இத்தொகுப்புகள் ஈர்ப்பதாக இருந்தன.

இந்த இரண்டு தொகுப்புகளையும் வாசித்தபோது தொகுப்பாளரின் ஆளுமை, அழகியல் குறித்துப் பண்பாடுகள் சார்ந்த அவரது புரிதல்

எனக்கு முக்கியமானதாகத் தோன்றியது. பத்தாண்டுகளுக்குப் பின்னர் அவற்றை மீண்டும் வாசித்தபோதுதான், தொகுப்பாளராக அவரது கடப்பாடு, அவரது கண்ணோட்டம் எனக்குப் புரிந்தது. அதுவே, பின்னாளில் தமிழ் தலித் ஆக்கங்களை ஆக்ஸ்போர்டு பதிப்பகத்துக்கான தொகுப்பு, பதிப்பு வேலைகளைச் செய்யும்போது பயனளிப்பதாக அமைந்தது. முக்கியமாக, அவரது தொகுப்புகள் படைப்புகளை அறிமுகப்படுத்துவதாக இல்லாமல், வாசகர்களுடன் பகிர்ந்துகொள்வதாக இருந்தன. இதுவே, மொழியாக்கம் குறித்த அவரது பார்வையாகவும் அமைந்தது. 'பசித்த தலைமுறை: மூன்றாம் உலக கலை இலக்கியம்' தொகுப்புக்கான முன்னுரையில் அதனை இவ்வாறு தெளிவுபடுத்துகிறார்:

கலை மரபு என்பது தற்கால தன்மைக்கேற்ப புதிய வடிவமும் புதிய பொருளும் கொள்கிறது... மூன்றாம் உலக நாடுகள் தங்களது கலை, இலக்கியம் அனைத்தையும் தங்களது மண்ணிலிருந்தே உருவாக்க வேண்டிய கட்டாயத்தில் இருக்கின்றன. இதற்கு முதற்படியாக இந்திய துணைக்கண்டத்தின் தென்கோடியில் இருக்கும் தமிழன் மூன்றாம் உலகத்தில் இன்று தன்னைச் சுற்றி என்ன நடக்கிறது என்பதை அறிந்துகொள்ள வேண்டிய அவசியம் ஏற்படுகிறது. இந்த அவசியத்தை உணர்ந்ததின் ஒரு வெளிப்பாடுதான் இந்த மொழிபெயர்ப்பு முயற்சி... இந்த எழுத்துகள் தங்களது உள் உலகங்களைச் சகமனிதனான தமிழனுடன் பகிர்ந்துகொள்ளத் தயாராக உள்ளன.

தான் தேடி மொழியாக்கம் செய்ததாகக் கருதாமல், அப்படைப்புகள் இவர் மூலம் தமிழுக்கு வந்தடைந்ததாக நம்மை உணர வைக்கிறார். மேலும், இலக்கிய ஆக்கங்களோடு, அந்தப் பண்பாடு சார்ந்த விமர்சனங்களையும் சேர்த்துக் கொடுத்து அவற்றை நமது சூழலுக்குத் தொடர்புபடுத்தும் அவரது பாங்கு, இலக்கியத்தின் செயல்பாடு குறித்து எனக்கோர் புரிதலைக் கொடுப்பதாக இருந்தது. இந்தப் புரிதலோடு நாம் கீழ்க்கண்ட வரிகளை ஒரு பாலஸ்தீன கவிதை என்பதைக் கடந்து வாசிக்க முடிகிறது:

"நாங்கள் வெற்றி பெற்று விட்டோம்"
என்று சொல்லாதே
இந்த வெற்றி
தோல்வியைக் காட்டிலும் மோசமானது
நாங்கள் அவர்களின் குற்றங்களின்
மேல்மட்டங்களை அல்ல
ஆழங்களைக் கணக்கெடுக்கிறோம். (84)

இதுபோல புதிய குரல்களை, பிற பண்பாட்டு இலக்கிய முயற்சிகளைத் தேடித்தேடி, எஸ்ரா பவுண்ட் ஆங்கில இலக்கியத்தில் நவீனத்துவத்தை உருவாக்கியதைப் போல, தமிழ் அழகியல், தமிழ் நவீனத்துவம் எனப் பரந்துபட்ட களத்தைச் சாதி என்கிற அம்சத்தைக் கணக்கில் கொண்டு அமைத்துத் தருகிறார்.

1994, 1995இல் வெளிவந்த இந்தத் தொகுப்பு முயற்சிகள் வெளிவந்த (இந்திரன்) காலம் (அந்த 90கள்), குறித்தும் நாம் சிந்திக்க வேண்டும். 1994இல் வெளிவந்த பாமாவின் 'கருக்கு' இந்திய அளவில் 'தலித் இலக்கியத்தின்' அங்கமாக விவாதிக்கப்பட்ட அளவு, 'தமிழ் தலித் இலக்கிய' உருவாக்கத்தில் இந்தத் தொகுப்புகளின் பங்கு குறித்து விவாதிக்கப்படவில்லை. அப்படி நாம் மேற்கொள்ளும் விவாதம் அடையாள அரசியலைக் கடந்து, பண்பாட்டு எல்லைகளைக் கடந்து சிந்திக்க உதவுவதாக இருக்கும். இன்று அவருடைய தொகுப்புகளை வாசிக்கும் எவருக்கும், பிற ஆளுமைகளின் படைப்புலகிற்குள்ளும், பிற பண்பாடுகளுக்குள்ளும் சஞ்சரிக்க உதவுவதாக இருக்கும்.

இந்திரன் எப்போதும் கலை விமர்சகர் என்றே அறியப்படுகிறார். அப்படியென்றால் அவரது இலக்கிய விமர்சனம் அவரது கலை விமர்சனத்திலிருந்து விலகும் புள்ளி எதுவென்று பலமுறை யோசித்திருக்கிறேன். அதற்குப் பதில், ஜெரார்ட் ஜெனே (Gerard Genette) இலக்கிய விமர்சனத்திற்கான மொழியைக் கலை விமர்சன மொழியிலிருந்து வித்தியாசப்படுத்திக் காட்டும்போது விளங்கியது. ஆனால், இந்த வித்தியாசத்தைக் கடந்து எப்போதும் இலக்கிய விமர்சனம் கலை விமர்சனத்தின் அங்கமாக இருக்க வேண்டிய அவசியத்தையே இந்திரன் வலியுறுத்திவந்துள்ளார். இங்குதான் தமிழ் அழகியல் குறித்து ஏன் அவர் தொடர்ந்து அக்கறையோடு விவாதித்திருக்கிறார் என்பது நமக்கு விளங்கும். அதனாலேயே அவர் தனது படைப்புகள் மட்டுமல்லாமல் ஏனைய நண்பர்களின் படைப்புகளுக்கும் நல்ல அட்டை வடிவ அமைப்போடு, பொருத்தமான ஓவியங்களோடு வெளியிடுவதில் மிகுந்த அக்கறை காட்டிவந்தார்.

அவரது இந்தத் தொகுப்பு / மொழியாக்கப் பணிகளின் (அதாவது பிறரது படைப்புலகிற்குள் நம்மை இட்டுச் செல்லும் பணிகளின்) நீட்சியாகவே அவர் ஏற்பாடு செய்திருந்த, அவர் தொடர்ந்து எழுதிவருகிற கலைக் கண்காட்சிகள், கலை விமர்சனங்கள் இருப்பதாக எனக்குத் தோன்றியது. அதனால் நாங்கள் ஏற்பாடு செய்யும் ஆங்கிலத்துறை ஆசிரியர்களுக்கான பயிற்சிப் பட்டறைகளில்

கலை விமர்சனப் போக்குக் குறித்தப் பொழிவையே அவரிடம் எப்போதும் வேண்டுவேன். கலைப் படைப்புகளின் வாசகனாகத் துவங்கி ரசிகமணியாக ஆகிவிடும் இந்திரன், அப்பொழிவுகளில் கலை, காதல், மரணம் இவற்றின் ஒருமித்த குணாம்சங்களைத் தொட்டுக்காட்ட தயங்கமாட்டார். இதனையே எளிமையாகத் தோற்றமளிக்கிற அவரது கவிதைகளில் ஆங்காங்கே சுழலவிட்டு, என்னைப் போன்ற வாசகர்களை அவர் சஞ்சரிக்கும் உலகிற்குள் உள்ளிழுத்துக் கொள்கிறார்:

"ஒரு தீவு, ஒரு கடல்
இரவும் பகலும் அணைத்தபடி கிடந்தது"

என எழுதும் இந்திரன், பிரிதொரு கவிதையில்,

"வாழ்க்கை எனும் நீண்ட தொரு இசை நாடகத்தை
காதலின் இசைக் குறிப்புகளோடு
முடிப்பதே நல்லதெனக் கருதுகிறேன்" என்கிறார்.

கலை, காதல் / காமம், மரணம் இவற்றுக்கான இந்தப் பூடகமான உறவையே அன்று கி.ரா.க்கான கூட்டத்தில் என்னிடம் அவர் கூறியதாக இன்று எனக்கு விளங்குகிறது.

தமிழ் என்னும் அறைக்குள் வந்த ஆப்பிரிக்க வானம்

ஊ.முத்துப்பாண்டி

1970களில் எழுதத் தொடங்கிய இந்திரன் முதலில் தன்னை வானம்பாடிக் கவிஞர்களுடன் அடையாளப்படுத்திக் கொண்டு கவிதை இலக்கியத்தில் இயங்கினார். 80களில் அன்னம் பதிப்பகத்தின் 'நவகவிதை வரிசை'யில் வெளியானபோது இவரது 'அந்நியன்' கவிதைத் தொகுப்பு வெளியாகி குறிப்பிடத்தக்க கவனத்தையும் பாராட்டையும் பெற்றது. இதனைத் தொடர்ந்து இலக்கியம், ஓவியம், சிற்பம், சினிமா, விமர்சனம் ஆகிய துறைகளில் 40 ஆண்டுகளாகத் தொடர்ந்து பங்களித்துவருகிறார். தமிழ், ஆங்கிலம் உள்ளிட்ட மொழிகளில் எழுதக் கூடியவராகவும் இருந்தார். பிரிட்டிஷ் அருங்காட்சியகத்தின் இந்திய கலைப்பொருட்கள் குறித்தும், ஓரிசாவின் படசித்ரா ஓவிய பாணி குறித்தும் நேரிடையாக ஆய்வுகளை மேற்கொண்டவர். அந்த வகையில் நாற்பதுக்கும் மேற்பட்ட நூல்களின் ஆசிரியர். குறிப்பாக, தமிழுக்குப் புதிய இலக்கியங்களை மொழிபெயர்த்ததில் முதன்மையானவர். இவரது 40க்கும் மேற்பட்ட நூல்களில் 'அறைக்குள் வந்த ஆப்பிரிக்க வானம்' என்ற கறுப்பின எழுத்துகளின் மொழிபெயர்ப்பு நூல் 80களின் தமிழ் எழுத்தை வெகுவாகப் பாதித்தது. தமிழர்களுக்கென்று தனியான அழகியல் கூறுகள் உண்டென்று வாதிடுவது இவரது 'தமிழ் அழகியல்' நூல்.

'கடவுளுக்கு முன் பிறந்தவர்கள்' தமிழில் வெளிவந்த முதல் ஆதிவாசி கவிதைகளின் மொழிபெயர்ப்பு. இவ்வாறு பல முக்கியமான நூல்களைத் தந்துள்ளார்.

அவுரங்காபாத்

1976இல் இந்தியன் வங்கியின் புதிதாகத் திறக்கப்பட்ட அவுரங்காபாத் கிளைக்குச் சென்னையிலிருந்து அதிகாரியாக மாற்றம் பெற்றார் இந்திரன். அந்நகரத்தில் நடந்த தலித் இலக்கியம் பற்றிய உரையாடல்களில் பங்கேற்றார். குறிப்பாக, 1972 முதல் மும்பையில் இயங்கிவந்த தலித் எழுத்தாளர்கள் உருவாக்கிய 'தலித் பேந்தர்ஸ்' இயக்கத்துடன் இந்திரன் தொடர்பை ஏற்படுத்திக்கொண்டார். மாலை நேரங்களில் தலித் எழுத்தாளர்களுடன் தலித் இலக்கியம் பற்றியும் கறுப்பிலக்கியம் பற்றியும் உரையாடல் நிகழ்த்திவந்ததாக 'இந்திரன் காலம்: ஒரு கலை இலக்கிய சாட்சியம்' என்னும் நூலில் பதிவு செய்துள்ளார்.

சென்னையிலுள்ள அமெரிக்க நூலகத்தில் ஆப்ரோ-அமெரிக்கக் கவிதை ஒன்றைப் படித்ததாக இந்திரன் குறிப்பிடுகிறார். எனவே இந்நிகழ்விலிருந்துதான் கறுப்பிலக்கிய அறிமுகம் இவருக்கு ஏற்பட்டிருக்கும் என்று அனுமானிக்கலாம்.

மராட்டியத்தில் தலித் இலக்கியம் தோன்றுவதற்குக் கறுப்பிலக்கியம் முன்னோடியாகக் கொள்ளப்பட்டது. ஏனென்றால், 1960களில் அமெரிக்காவில் தோன்றிய கறுப்பு சிறுத்தைகள் இயக்கத்தின் (Black Panthers Movement) தாக்கம் மராட்டிய தலித் இளைஞர்களுக்கு இருந்தது. குறிப்பாக, அமெரிக்காவில் முனைவர் பட்டம் பெற்ற எம்.என்.வாங்கடே தொடங்கிய 'அஸ்மிதாதர்ஷ்' எனும் சிற்றிதழில் எதிர்கால தலித் இலக்கிய இயக்கப் போக்குகள் குறித்து அவர் எழுதினார். இவரது மாணவர் ஜனார்தன் வாமேர் சில மாதங்கள் கழித்து அதே இதழில் ஆப்ரோ-அமெரிக்கர்களின் இலக்கியம் மற்றும் பண்பாடு குறித்துத் தொடர் கட்டுரைகள் எழுதினார். இச்செயல்பாடுகள் மகாராஷ்ட்ராவில் படித்த தலித் இளைஞர் மத்தியில் வரவேற்பையும் தாக்கத்தையும் ஏற்படுத்தின. குறிப்பாக, ஆப்ரோ-அமெரிக்கர்கள் பற்றிய வாழ்க்கை வரலாறு, கவிதைகள் முதலியவை தலித் இலக்கியமாக மறு ஆக்கம் செய்யப்பட்டன.

எனவே, இந்திரன் மும்பையில் தலித் எழுத்தாளர்களுடன் இணைந்து செயல்படும்போது, இயல்பாகவே கறுப்பிலக்கியம்

தொடர்பான அக்கறை விரிவடைந்திருக்கும் என்று நம்பலாம். அதேவேளையில், மராட்டிய தலித் இலக்கியம் பற்றி தமிழில் அறிமுகம் இல்லாத காலத்திலே மொழிபெயர்ப்பதில் அக்கறை செலுத்தினார். குறிப்பாக, 1986இல் வெளிவந்த 'காற்றுக்குத் திசை இல்லை' நூலில் தயாபவரின் 'பலுதே' என்னும் சுயசரிதை நூலியிலிருந்து சிறு பகுதியைத் தமிழில் மொழிபெயர்த்துச் சேர்த்துள்ளார். இவ்வாறு அவரிடம் ஏதோ ஒருவகையில் கறுப்பிலக்கியமும் மராட்டியத் தலித் இலக்கியமும் பிணைந்து பயணித்தன என்று சொல்லலாம். வெவ்வேறு திசைகளில் அவர் வாசிப்பு விரிவடைந்திருந்தாலும் அவரது மனம் கறுப்பர்கள் - தலித்துகள் என்கிற ஓர்மையில் சஞ் சரித்திருந்திருக்கிறது.

1971இல் கோவேந்தன் முரசொலி அடியார் நடத்திய 'நீட்டோலை' இதழில் 'கறுஞ்சிறுத்தைகள் கவிதை பாடுகின்றன' எனும் ஆப்ரோ - அமெரிக்க நீக்ரோக்களின் கவிதை பற்றி கட்டுரை ஒன்றை எழுதியுள்ளார் இந்திரன். அக்கட்டுரைதான் அமெரிக்கக் கறுப்பு கவிதைகள் குறித்துத் தமிழில் வெளிவந்த முதல் கட்டுரையாகும். இந்திரன் இந்திய அளவிலான தலித் இலக்கியத்தின் மீது கூடுதல் வாசிப்பை மேற்கொண்ட அதே காலத்தில் கறுப்பிலக்கியம் தொடர்பான கட்டுரைகளைச் சிறுபத்திரிகைகளில் எழுதினார். அதேவேளையில் மராட்டிய தலித் இலக்கியத்தைப் பற்றியான யோசனையும் அவரிடம் வேரூன்றத் தொடங்கியது. இதனுடைய நீட்சியாகவே 'பிணத்தை எரித்தே வெளிச்சம்' என்ற தொகுப்பைப் பின்னாட்களில் கொண்டுவந்தார். இந்நூலில் குஜராத்தி, மராத்தி, தமிழ் முதலான பிராந்தியங்களில் நிலவிய தலித் இலக்கியப் போக்குகளையும் சேர்த்துள்ளார். இந்திய அளவில் தலித் இலக்கியத்தின் வேர்களை ஒன்றிணைப்பதற்கு இத்தொகுப்பு அடையாளமானது.

ஹார்லாம் மறுமலர்ச்சி (Harlem Renaissance)

'சுபமங்களா' (டிசம்பர் 1993 - ஜனவரி 1994) இதழில் 'அமெரிக்க மண்ணில் தலித் இலக்கியம்' என்ற தலைப்பில் வெவ்வேறான தகவல்களின் அடிப்படையில் கறுப்பிலக்கியம் தொடர்பான கட்டுரைகளைத் தொடர்ந்து எழுதினார். இவற்றில் ஹார்லம் மறுமலர்ச்சியையொட்டி கறுப்பர்களுக்கிடையிலான மாற்றங்கள் குறித்து விரிவாக எழுதியுள்ளார். இக்கட்டுரைகள் தலித் கலை, இலக்கியத்திற்குத் திறப்பாக அமைந்தன. 'அமெரிக்க மண்ணில் தலித் இலக்கியம்' என்ற கட்டுரையில் ஹார்லாம் மறுமலர்ச்சியினால்

(Harlem Renaissance) கறுப்பர்கள் தங்களை அடிமைத்தளையிலிருந்து விடுவித்துக்கொள்ள முன்னெடுத்த போராட்டத்தையும், இலக்கியப் பங்களிப்பையும் எடுத்துக்காட்டியுள்ளார். அதேவேளையில், இடையிடையே 'நீக்ரோக்கள்' தலித் கவிதைகளைத்தான் படைக்கிறார்கள் என்று ஒப்பிட்டும் காட்டுகிறார். 'தலித் - கறுப்பர்கள்' என்கிற ஓர்மை ஒடுக்குதலுக்கு எதிரான சிந்தனையைக் கொண்டுள்ளது என்பதாகக் கணக்கிலெடுத்துக்கொள்கிறார்.

1890களில் அமெரிக்காவின் தெற்குப் பகுதியிலிருந்தும், மேற்கிந்தியத் தீவுகளிலிருந்தும் ஏராளமான கறுப்பர்கள் நியூயார்க்கில் குடியேறினர். ஏனென்றால், நியூயார்க்கில் கறுப்பர்கள் வாழ்வதற்காக ஃபிலிப்ஸ் ஏ பேடன் என்ற கறுப்புத் தரகு வியாபாரி பல கறுப்பினக் குடும்பங்களைக் குடியமர்த்தினார். தொடக்கத்தில் வெள்ளையர்கள் கறுப்பர்களால் வாடகை கிடைக்கிறது என்கிற அளவில் இருந்துவிட்டனர். நாளடைவில் நிறையக் கறுப்பர்கள் இங்கு குடியேறவே, வெள்ளையர்கள் உடனே யோசிக்கத் தொடங்கி கறுப்பர்களை வெளியேற வலியுறுத்தினர்.

மேலும், ஃபிலிப்ஸ் ஏ பேடன் நீக்ரோக்களுக்கெனத் தனியான ஹட்சன் என்கிற பெயரில் நிதி நிறுவனம் ஒன்றை நிறுவி பல அடுக்குமாடிக் கட்டடங்களை விலைக்கு வாங்கி ஏற்கெனவே வசித்துவந்த வெள்ளையர்களை வெளியேற்றினார். பின்பு அவ்விடத்தில் கறுப்பர்களைக் குடியேற்றினார். இச்செயல்பாடு மற்ற பகுதிகளில் வாழும் கறுப்பர்களுக்கு உத்வேகத்தை அளித்தது. எனவே அடுக்குமாடி கட்டடங்களுக்கு அடுத்தடுத்து கறுப்பர்கள் குடியேறினர்.

இதோடு மட்டுமல்லாமல் போரினால் நியூயார்க்கில் ஏற்பட்ட தொழிலாளர் பற்றாக்குறையைத் தீர்க்க தெற்குப் பகுதியிலிருந்து ஏராளமான கறுப்பர்களைக் கொண்டுவந்தனர். இவர்களும் ஹார்லம்மிலேயே தங்கினர். வேலைக்காகக் குடியேறிவந்த கறுப்பர்கள் அதுவரையில் பெறாத ஊதியத்தைப் பெற்றனர். இந்நிகழ்வு கறுப்பர்களிடையே பொருளாதாரத்தில் முன்னேற்றமடைவது பற்றிய விழிப்புணர்வையும் சேமிப்பையும் பெருக்கின. சொந்தமாக வீடுகள் வாங்கத் தொடங்கினர். ஹார்லாமில் உள்ள வீடுகளில் வெள்ளையர்கள் வீடு வாடகைக்குக் கேட்கும் அளவிற்குக் கறுப்பர்கள் நிறைந்தனர். தேவாலயங்களிலும் பிரச்சாரக் கூட்டங்களிலும் சொத்துச் சேர்ப்பதற்கான வழிமுறைகளையும் போதனைகளையும் பரப்பினர்.

மகிழ்ச்சி, ஆடல், பாடல், உரத்தச் சிரிப்பலைகள், உச்சக் குரலில் பேச்சுகள் என்று அனைத்திலும் கறுப்பர்களுக்கான அடையாளமாகத் திகழ்கிறது. ஹார்லம் கொண்டாட்டத்தின்

வெளியாக ஹார்லம் நகரம் திகழத் தொடங்கியது. இதனோடு, ஊர்வலங்களும் போராட்டங்களும் நடந்தேறின. இந்நிகழ்வெல்லாம் ஹார்லமில் புதிய கலை இலக்கிய மறுமலர்ச்சியை உண்டாக்கியது.

ஹார்லம் நகரம் கறுப்பு பண்பாட்டின் தலைநகரமாக விளங்கியது. மிகப்பெரிய கறுப்பர் சேரியாக விளங்கியது. பிறகு ஹர்லாமில் மிகப்பெரிய புரட்சி நடைபெற்றது. முதன்முறையாகக் கறுப்பர்கள் ஒன்றுகூடி மிகப்பெரிய மக்கள் திரளுடன் வெள்ளையர்களுக்கு எதிராக அனைத்து வழிகளிலும் எதிர்ப்பைத் தெரிவித்தனர். அப்புரட்சியை ஹார்லாம் மறுமலர்ச்சி என்றழைக்கின்றனர். இவ்வாறு ஹார்லம் ஆப்ரோ - அமெரிக்கர்களின் பண்பாட்டு மறுமலர்ச்சிக்கு வித்திட்ட நகரமாகப் பார்க்கப்பட்டது. கறுப்பர்கள் ஒன்றிணைவதற்கும் ஓர்மையை வளர்த்தெடுப்பதற்கும் இந்நிகழ்வு வழிவகுத்தது.

அறைக்குள் வந்த ஆப்பிரிக்க வானம்

தமிழில் அம்பேத்கர் நூற்றாண்டுக்குப் பிறகு எழுச்சிப்பெற்ற தமிழ் தலித் இலக்கியத்திற்கு மராட்டிய, கன்னட மொழி ஆக்கங்கள்தாம் முன்னோடியாக இருந்துள்ளன. அதற்கு முன்பே, இந்திரன் தொகுத்து மொழிபெயர்த்த தொகுப்பான ‘அறைக்குள் வந்த ஆப்பிரிக்க வானம்’ (1982) தமிழில் வெளியாகிவிட்டது. கறுப்பர்கள் தொடக்க முயற்சியாக எழுதும்போது,‘தன்வரலாறு’ என்ற வடிவத்தில் எழுதினர். குறிப்பாக, பிரெட்ரிக் டக்ளஸ் 1845இல் எழுதிய சுயசரிதையான ‘ஓர் அடிமையின் வரலாறு’ நூல் ஆப்ரோ - அமெரிக்க எழுத்தின் தொடக்கப் புள்ளி எனலாம். இந்நூலைத் தொடர்ந்து அடுத்தடுத்து கறுப்பின அடிமை முறைகள் பற்றி ஐந்து தன்வரலாற்று நூல்கள் வெளிவந்தன. தன்னனுபவத்தைச் சொல்வதே சமூக வரலாறு என்பதைக் கறுப்பர்கள் புரிந்துகொண்டனர். இவற்றைப்போல்தான் மராட்டிய, கன்னட தலித் இலக்கியங்களும் தன்வரலாறாக எழுதப்பட்டன. இந்த ஓர்மையை எப்படிப் புரிந்துகொள்வது? கறுப்பின - தலித் இலக்கியங்கள் ஒன்றோடொன்று பாதித்து வினைபுரிந்து இன்று நிலைபெற்றுள்ளன. தமிழில் இந்தச் சூழல் உருவாகுவதற்கு அடித்தளமிட்டவர் இந்திரன். குறிப்பாக, தமிழில் பெண்ணியம், தலித்தியம் பேசக்கூடிய எழுத்தாளர்களுக்கு ஆப்ரோ - அமெரிக்க எழுத்துகள் முன்னேடியாக இருந்தன என்று பல எழுத்தாளர்கள் சுட்டிக்காட்டியுள்ளனர்.

1990களில் எழுதவந்த தமிழ் தலித் எழுத்தாளர்களுக்கு இந்தக் கறுப்பிலக்கிய அறிமுக நூல் தலித் இலக்கியத்தோடு ஒப்பிட்டுப் பார்ப்பதற்கு ஏதுவாக இருந்தது. சில முக்கிய கறுப்பின எழுத்துகள் தலித் புனைவெழுத்துக்கு அடித்தளமாகவும் இருந்தன. எடுத்துக்காட்டாக, தான் எழுதிய 'தகப்பன் கொடி' நாவல் உருவாக்கத்தில் ஆப்பிரிக்க எழுத்தாளர் கூகி வா தியாங்கோவின் 'சிலுவையில் தொங்கும் சாத்தான்' நாவலின் தாக்கம் இருந்ததென அழகிய பெரியவன் பேட்டியொன்றில் குறிப்பிட்டிருக்கிறார். மேலும், இலக்கியத்தில் மட்டுமல்லாமல், கலை, நாடகம், அரசியல், இசை உள்ளிட்ட பல்வேறு வடிவங்களிலும் கறுப்பர் செயல்பாடுகள் தாக்கத்தை ஏற்படுத்தின. எனவே, ஏதோ ஒருவகையில் இந்திரன் தொகுத்த ஆப்பிரிக்க இலக்கியம் அறிமுக நூலாக இருந்தாலும் பிற எழுத்துகளாக இருந்தாலும் வெவ்வேறு வாசிப்புக்குப் பயன்பட்டன. மேலும் அந்நூலிற்குக் கிராமங்களிலிருந்து கூட விமர்சனக் கடிதங்கள் வந்தன என்று இந்திரன் 'அறைக்குள் வந்த ஆப்பிரிக்க வானம்' நூலின் முன்னுரையில் குறிப்பிடுகிறார்.

'அறைக்குள் வந்த ஆப்பிரிக்க வானம்' 1982இல் அன்னம் வெளியீடாக வெளிவந்தது. இந்நூலில் 31 கவிதைகள், 4 சிறுகதைகள், 2 நாடகங்கள், 2 கட்டுரைகள் என்று 13 நாட்டைச் சேர்ந்த 39 கறுப்பின எழுத்தாளர்களின் படைப்புகள் தமிழில் மொழிபெயர்க்கப்பட்டுள்ளன. குறிப்பாக, இப்பட்டியலில் லாங்ஸ்டன் ஹ்யூக்ஸ், வோல்லே சொயின்கா, செங்கோர், கேபிரியல் ஒகாரா, ஃபிளேவியன் ரெனெய்வோ, சினுவா அச்செபெ உள்ளிட்ட பிரபலமான கறுப்பின எழுத்தாளர்களின் படைப்புகள் மொழிபெயர்க்கப்பட்டுள்ளன. இந்நூலில் இடம்பெற்றுள்ள ஆப்ரோ - அமெரிக்க எழுத்தாளர்களின் மூலநூல் தமிழில் வெளிவராத காலத்திலேயே இவர்களின் படைப்புகள் இந்நூலில் மொழிபெயர்க்கப்பட்டுள்ளன என்பது கவனிக்கத்தக்கது. அதேவேளையில் தேர்ந்தெடுக்கப்பட்ட படைப்புகள்தாம் இந்நூலில் சேர்க்கப்பட்டுள்ளன. அவை, இன்று உலகத்தரம் வாய்ந்த படைப்புகளாக அறியப்படுகின்றன.

இருபதாம் நூற்றாண்டில் கறுப்பின மக்களிடையே ஏற்பட்ட மாற்றங்கள், நீக்ரோவியம் (Negritude) என்ற எதிர் பண்பாட்டு அடையாளங்கள், ஹார்லாம் மறுமலர்ச்சி உள்ளிட்ட வகைகளில் எழுதப்பட்ட படைப்புகளே இந்நூலின் மையமாகும். கறுப்பர்களுக்கென்று தனிப்பட்ட பேச்சு, பாடல், கூத்து, வழக்காறு, ஓவியம், சிற்பம், இவற்றைத் தாண்டி சிரிப்பும் அழுகையும் கூட

தங்களுக்கென்று வைத்திருக்கிறார்கள். அதனடிப்படையில் இவற்றைப் பற்றியெல்லாம் பேசக் கூடிய இந்நூல் மிக முக்கியமானதாகும். கறுப்பினத்திற்கு இழைக்கப்பட்ட கொடுமை 15ஆம் நூற்றாண்டில் தொடங்கி இன்று ஜார்ஜ் ப்ளாய்டு வரை தொடர்கிறது. அவர்களது தோல்கள் கறுப்பாயுள்ளன என்பதைக் காரணம் காட்டி நீக்ரோக்களை ஒடுக்குவது என்பது இந்தியாவில் நிலவுகிற பிறப்பின் அடிப்படையிலான ஒடுக்குமுறையோடு ஒப்பிட்டுப் பார்ப்பது அவசியமாகிறது.

கடந்த நானூறு ஆண்டுகளாகப் பிரிட்டிஷ், பிரெஞ்சு, டச்சு நாடுகளின் ஆதிக்கத்தின் கீழ் இருந்த ஆப்பிரிக்கா தனது பண்பாட்டு அடையாளங்களை இழந்ததை இம்மொழிபெயர்ப்பு நூலின் மூலம் அறியமுடிகிறது. அதேவேளையில், லாங்ஸ்டன் ஹ்யூக்ஸ் கவிதைகளில் வெளிப்படும் எதிர் பண்பாட்டு அடையாளங்களையும் இந்நூலில் சுட்டிக்காட்டியிருப்பது குறிப்பிடத்தக்கது. எனவே, வெவ்வேறு பார்வைகளுடனும் பல திசைகளிலும் உள்ள எழுத்தாளர்களின் படைப்பும் மொழிபெயர்க்கப்பட்டுள்ளது.

"புதிய தலைமுறையைச் சேர்ந்த
நீக்ரோ கலைஞர்களான நாங்கள்,
எங்களது தனிப்பட்ட கறுப்புத்தோல் போர்த்திய பண்புகளை
எவ்வித பயமோ, வெட்கமோ இன்றி
வெளிப்படுத்த முனைகிறோம்.
நாங்கள் அழகானவர்கள்
என்று எங்களுக்குத் தெரியும்.
அசிங்கமானவர்கள் என்றும் தெரியும்
முரசுகள்
சிலநேரம் சிரிக்கின்றன.
சிலநேரம் அழுகின்றன.
நாங்கள்
எங்களுக்குத் தெரிந்த முறையில்
எங்களுக்கான
நாளைய கோயில்களைக் கட்டுகிறோம்."

மேலே கொடுக்கப்பட்ட கவிதை கறுப்பு நிறத்தை எதிர்பண்பாடாகக் கட்டமைக்கும் நீக்ரோவியத்தின் வெளிப்பாடாகும். அதேபோல், எதிர்கால திட்டங்களைக் கறுப்பினம் சார்ந்து அமைப்பதாக வடிவமைக்கப்பட்டுள்ளது. லாங்ஸ்டன் ஹ்யூக்ஸின் 'இருட்டுக்கு நிழல் இல்லை' என்ற சிறுகதை, வோல்லே சொயின்காவின் 'சதுப்பு

நில மனிதர்கள்' என்ற நாடகம், யோபோல்டு சிடார் செங்கோரின் 'நீக்ரோவியம்: இருபதாம் நூற்றாண்டின் மனித நேயம்' என்ற கட்டுரை ஆகிய படைப்புகள் ஏதோ ஒரு விதத்தில் பண்பாட்டு விடுதலையைக் கோருவதாகவும், வெவ்வேறு வடிவத்தில் வெள்ளைப் பண்பாட்டுக்கு எதிரான குரல்களாகவும் இருப்பதைப் பார்க்க முடிகிறது. இறுதியாக, 'இனவெறியை எதிர்க்கும் இனவெறி' என்று ழான் பால் சார்த்தர் (Jean Paul Sarter) கூறியது போல் கறுப்பு நிறத்தைப் போர்க்கொடிபோல் கறுப்பர்கள் தூக்கிப்பிடிக்கிறார்கள்.

பயன்பட்ட நூல்:

1. இந்திரன், 'அறைக்குள் வந்த ஆப்பிரிக்க வானம்'

இந்திரன் எனும் கலை எந்திரன்

தேன்மொழி தாஸ்

"கலை என்பது ஒரு பொழுதுபோக்கு அல்ல. கலை என்பது அழகியல் நதியில் ஒரு புனிதக் குளியல் அல்ல. கலை என்பது மனிதனை மனிதன் மேலும் நேசிக்கச் செய்யும் புரட்சி."

- இந்திரன்

'கலை என்பது மனிதனை மனிதன் நேசிக்கச் செய்யும் புரட்சி' எனும் இந்த நூற்றாண்டுக்கான ஆகச் சிறந்த வாசகத்தை எழுதிய கலை உள்ளம், அதன் பின் சுழலும் கடந்த காலத்தில் கலைகளின் ஊடாக இதைக் கண்டடைய எவ்வளவு பாய்ந்திருக்கும், எவ்வளவு பயணித்திருக்கும். இதன் நுட்பத்தில் ஆழத்தில், கலை வழியாக ஆன்ம நேயத்தை ஒரு காலத்திலிருக்கும் கலைஞர்கள் எதிர்காலத்தில் வாழும் மக்களுக்கு நேயமாகக் கைமாற்றிக் கைமாற்றி வந்த புரட்சியை நாம் தரிசனமாகக் காணலாம்.

'இந்திரன்' எனும் பெயரே கம்பீரமாக இருப்பினும் தனது கலை இலக்கியச் செயல்பாட்டால் அப்பெயருக்கு மாபெரும் கம்பீரத்தைக் கட்டமைத்தவர் ஞானி இந்திரன். அதைவிட, வாழ்வு வேறு எழுத்து வேறு என்றில்லாமல் மனிதநேயத்தில் உயர்ந்த பர்வதமாக எனக்குள் நிலைத்த தந்தை என்றே எப்போதும் என் ஆன்ம நேத்திரம் காண்கிறது

- இவ்வரிகளை எழுதுகையில் துடிக்கும் உயிரை - கொரோனா எனும் தீத்தொற்றுக் காலத்தில் காப்பாற்றிய ஜீவன் இந்திரன் ஆவார். எனது ஆயுள் இவரது மனிதநேயத்தின் சாட்சியாகும்.

அவரது கலை உள்ளமே 'நேயத்தை' மானுட வாழ்வுக்கும் விடுதலைக்கும், பரிசளிப்பதும் பகிர்ந்தளிப்பதும் பாராட்டி மகிழ்வதும் எழுதுவதுமாக எந்திர வேகத்தில் கடந்து வருவதை நான் கால் நூற்றாண்டுக் காலமாகத் தொடர்ந்து காண்கிறேன். வெறுமனே வெற்று வார்த்தைகளால் அகம் புறம் தனித்தனியாய்க் காண்பவர்களுக்கு மத்தியில் - தன் கலைக் கண்களை மலை ஊற்றின் மூலத் துல்லியமாகக் கொண்டு களங்கமற்றுச் சகலரையும் பாராட்டி மகிழும் பண்பில் சிறந்தவர். இப்பண்பில் பொதிந்திருக்கும் மாண்பு தமிழ் இலக்கியத்திற்குச் செய்த பங்களிப்புகள் என்றும் பாதுகாக்கவும் போற்றுதலுக்கும் உரியவை.

கவிஞர், விமர்சகர், மொழிபெயர்ப்பாளர், ஓவியர், கட்டுரையாளர் என்று தனித்தனியாகக் கவனித்துப் பார்த்தாலும் ஒவ்வொரு கலையிலும் தனக்கெனவொரு பெரும் நிலத்தை மொழிவழியே கண்டடைந்த அறிஞர் என்றே நாம் கொண்டாட வேண்டும்.

'அறைக்குள் வந்த ஆப்பிரிக்க வானம்', 'பிணத்தை எரித்தே வெளிச்சம்' உள்ளிட்ட தொகுப்புகள் மூலம் அயல்நாட்டுக் கவிஞர்களின் கவிதைகளைத் தமிழுக்கு அறிமுகப்படுத்தியது இந்திரன் தமிழுக்குச் செய்த மாபெரும் தொண்டு என்றே கூறலாம்.

1996இல் நான் மொழி மீதும் எழுத்தின் மீதும் இருந்த தீரா வேட்கையில் மலையகம் விட்டு நகரம் புலம்பெயர்ந்த காலத்தில் 'அறைக்குள் வந்த ஆப்பிரிக்க வானம்' கவிதைத் தொகுப்பின் வழியாக எனது கவிதை மொழியின் மூல ஊற்றின் மீது வெளிச்சம் பாய்ச்சியது இந்திரன் அவர்களின் அசாத்தியமான மொழிபெயர்ப்புக் கலை. மூல மொழியின் பண்பாட்டை, அதன் கலை நய நுட்பங்களை, பாடுபொருட்களை, உலகளாவிய களத்தில் கவிதை என்பது பல்லுயிர் உணர்வின் மொழியே என்று நெஞ்சில் அறைந்த தொகுப்பு அது. பிறமொழிக் கலையை, தமிழ் மொழியின் உள்ளே இரத்தமாகப் பாய்ச்சியது போல இன்னும் அந்த நூலின் உள்ளே ரத்தநெடி நர்த்தனமாகப் பொதிந்து, எப்போது வாசித்தாலும் சன்னதம் பெறுவதும் தருவதும் இவரது மொழிபெயர்ப்பு கண்ட வெற்றி.

கவிஞராக மட்டும் இருந்தால் தன் எழுத்துகள் பல கலையின் தொடர் தந்தி அறுந்து போய்விடும் என்பதில் உறுதியான நம்பிக்கை

கொண்டிருந்ததால்தான் மொழிபெயர்ப்பு, ஓவியம், சிற்பம் என்று பல்வேறுபட்ட தேடல்களிலும் தன் வாழ்நாள் முழுவதும் ஆன்ம அர்ப்பணிப்பாகவே செய்திருக்கக் கூடும்.

ஒருநாளை வாழ்ந்து கழித்தல் என்பது மீப்பெரும் சாதனையாய் ஒரு சாதாரணனுக்கு நிகழும்போது, ஏதோவொரு பெயரில் ஒவ்வொரு நாளையும் 'கொண்டாடுதல்' என்பதைத் தன் கவிதையின் கேலிக்குள் உட்படுத்துகிறார். 'முட்டாள்கள் தினத்தைக் கொண்டாடுதல்' என்ற தலைப்பிலமைந்த இக்கவிதையில் அக்குறிப்பிட்ட நாளை மட்டும் திரைப் போட்டு மறைத்துவிட்டால், அது கொண்டாடப்பட்டுக்கொண்டிருக்கிற எல்லா நாள்களுக்குமே உரியதாகத் தன்னை உருமாற்றிக்கொள்கிறது கவிதை.

"ஓடிப்போய் கதவைத் திறந்து பால்கனியில் பார்த்தேன்.
தொலைபேசியில்
தான் வந்திருப்பதாகச் சொன்ன நண்பன் அங்கே இல்லை.
காலம் எனும் திறந்த வெளியில்
சில்லென்ற காலைக் காற்றை நுகர்ந்தபடி
பால்கனித் தொட்டியில் ஒற்றை ரோஜா.
கைக் கட்டி நின்றேன்.
எதிரில்
பாம்பு உரித்துப் போட்ட சட்டையாய்
நான் நடந்து வந்த பாதை.
எது நிஜம்?
நேற்றா? இன்றா? நாளையா?
எல்லா நாளும் முட்டாள்கள் தினமா?
கணிதச் சமன்பாடுகளில் இல்லை வாழ்க்கை.
கலைத்துப் போடப்பட்ட பிரபஞ்சத்தில்
இல்லை தர்க்க நியாயம்.
யாரோ என் முதுகில் சட்டையில் ஒட்டிய
"முட்டாள்கள் தினம்" காகிதத்தோடு
கொண்டாடத் தொடங்குகிறேன்
என் இருத்தலை."

நண்பன், ரோஜா, நடந்துவந்த பாதை இவற்றைப் பிறவற்றோடு தொடர்புபடுத்தி இக்கவிதையை மீள வாசிக்கும்போது, அது தரும் உவப்பு அலாதியானது. கவிதை என்பது வெறுமனே வார்த்தைகளைக் கலைத்துப் போடுதல் அல்ல, வாழ்க்கையை உணர்த்தல்.

மனிதர்களால் கம்பளியின்றி வாழ முடியாத பனிப்பிரதேசத்தில் பென்குயின்கள் அசாத்தியமாக நடைபோடுகின்றன. மனிதர்கள் அசாத்தியமாக நடைபோடும் இந்த நகர வாழ்க்கை, பென்குயின்களுக்கு எந்த வகையான கம்பளியைப் போர்த்தக் கூடும் என்ற கேள்வியை எழுப்புகிறது இந்திரன் எழுதிய இக்கவிதை:

"நான் ஒரு தனிமையான பென்குயின் பறவை.
அடி ஆழத்தில்
மெல்லக் கரைந்துகொண்டிருக்கும்
காலம் எனும் மாபெரும் பனிக்கட்டியின் மீதுதான்
எனது வாழ்க்கை.
நேற்று என்றும் நாளை என்றும்
எனக்கு இரண்டு இறக்கைகள் உண்டு
அவற்றை வைத்து என்னால் பறக்க முடியாது.
என் இறக்கைகளைத் துடுப்புகளாக்கி
உருகி ஓடும் நேரம் எனும் கடலில்
நீந்தி எனக்கான மீன்களைப் பிடிக்கிறேன்.
பனிக்கட்டி முழுதாக உருகுவதற்குள்
நான் கடக்க வேண்டும் என் தூரங்களை.
நடந்தால் தாமதமாகும் என்பதால்
பனிக்கட்டியில் எனது மார்பினால்
நான் வழுக்கிச் செல்கிறேன்.
நீங்கள் என்னை வேடிக்கையாகப் பார்த்துச்
சிரிக்கிறீர்கள் என்பது எனக்குத் தெரியும்.
நான் ஒரு மயிலைப் போல் ஆடவோ
குயிலைப் போல் பாடவோ முயற்சிப்பதில்லை.
கருப்பு வெள்ளை உடையில்
விநோதமான என் தனித்துவமான குரலில்
பனிபடர்ந்த உலகின் மிகச் சிறந்த பாடலைப் பாடி
நடனமாடுவதே என் குதூகலிப்பு."

நான் எனக்கான வாழ்க்கையை எப்படித் தேர்ந்துகொள்ள வேண்டும் என்பதற்கான வரையறைகளை நீ எனக்குப் போடப் போட நான் என்னிடம் இருக்கும் சிறு உளியால் அதை உடைத்துக் கொண்டே இருக்கிறேன். நீயோ நான் செதுக்கிய வெகு அழகான சிற்பமென அதைக் கொண்டாடுகிறாய். இப்போது நானும் உளியும் காணாமல் போய்விட, உன் வரவேற்பறையை அலங்கரித்துக்கொண்டிருக்கிறது உன்னால் களவாடப்பட்ட என் சிற்பம் எனக்குறிப்பால் உணர்த்துகிறது கவிதை.

ஒவ்வொரு சொல்லும் ஒரு கடல்
அலைகளின் ஓங்காரத்துக்குள்
ஒளிந்திருக்கிறது ஒரு சூன்யம்.
சிவப்புச் சாராயம் நிரம்பிய
ஒரு கண்ணாடி மதுக்கோப்பை,
நண்பனின் முதுகில் பாய்ச்சி எடுத்த
குருதி தோய்ந்த ஒரு குறுவாள்,
புரட்டிப் புரட்டி அடிக்கோடிட்டுப்
பல முறை படித்த ஒரு பழைய புத்தகம் -
எல்லாக் குறியீடுகளுக்குள்ளும்
ஒரு கடல் ஒளிந்திருக்கிறது

அனாதையாக்கப்பட்ட பாதச்சுவடுகள் ஒவ்வொன்றும்
ஒரு கதைசொல்லி.

நானோ கடலோரத்தில் கிடைக்கும்
கிளிஞ்சல்களை மட்டுமே
பொறுக்கிக் கொண்டு
வீடு திரும்புகிறேன்.

எனும் இந்திரன் அவர்கள் நெய்தல் நிலப் பாடகன்.

"இந்த உலகில் ஒரு இலக்கியவாதிக்கு மிஞ்சப் போவது என்ன தெரியுமா? ஒரு சின்ன உண்மையை எழுதிவிட்ட தாளும், அந்தப் பக்கத்தை உணர்ந்து படிக்கிற வாசகனும் மட்டும்தான். அந்த ஒரு பக்கத்தை எழுதுவதற்கு ஒவ்வோர் இலக்கியவாதியும் வாழ்நாள் முழுவதும் உழைக்க வேண்டியிருக்கிறது"

- ஆல்பெர்ட் காம்யூ

இதில் இருக்கும் உண்மைதான் ஒவ்வொரு கலை உள்ளமும், தன் வாழ்வையே சம்பூரண சமர்ப்பணமாக்கி இவ்வுலகிற்கு எழுத்தின் வழியாக வாசகனுக்கு விட்டுச் செல்லும் வாழ்வியல் தர்மம் ஆகும்.

ஆதிக்காடுகளிலிருந்துதான் ஒலி, குறியீடுகள், குகை ஓவியங்கள், பல்லுயிர் உயிர் மொழியின் லிபிகள், தாவரங்களிலிருந்து ஆடைகள், சக்கரம், தீ எனும் பூதம், கடவுள் எனும் பயம், பணம் எனும் நரகம், கருணை எனும் சொர்க்கம், காதல் எனும் வன்முறை, கணிதம், பசி, பட்டினி, வறுமை, வேட்டை, காலக் குறிகளின் பொழுதுகள், விதைகளின் கண் திறந்து தோட்டங்கள், நதிகளின் நடை ஓரங்களில்

நாடு, நகரம், கிராமம், அரசியல் விஞ்ஞானம், வீரம், ஆடல், பாடல், இசை, எழுத்து, இலக்கணம் என சகல கலைகளும் படைத்தான் மனிதன்.

இந்தப் பிரபஞ்சத்தின் ஒவ்வொரு துகளும் கணமும், உயிருள்ளதும் உயிரற்றதும், காண்பதும் காணாததும் ஒன்று மற்றொன்றின் மீது கொண்டிருக்கும் ஈகைதான் இயற்கையின் அழிவில்லா தாய்மை - இயக்கத்தின் அடிப்படை உயிர், இதனை வியந்து வியந்து எழுதியோ, பாடியோ சிலை வழியோ, மொழி வழியோ விட்டுச் செல்லலாம்.

பல்லாண்டுப் பல்லாண்டுக் கலையின் மா முத்தாய் இந்திரன் அவர்களின் கலை வெளிப்பாடுகள் யாவும் புகழோடு யாவருக்கும் மனிதனை மனிதன் மேலும் நேசிக்கச் செய்யும் புரட்சியினை நிகழ்தும் என்று நெகிழ்வோடு வாழ்த்துகிறேன்.

அன்பே ஆக்கும் கலை என்பதே கலையின் அறம். இப்பிரபஞ்சமே கலையின் முழு உருவம்.

இந்திரன் எனும் என்சைக்ளோபீடியா

கோ.லீலா

இந்திரன் ராஜேந்திரன் என்ற பெயரே சக்தி பிறக்க வைக்கும் பெயர், இளமை, தேடல், ஆழ்வாசிப்பு, அவதானிப்பு, அறிவின் விசாலம், அனைவரையும் அரவணைக்கும் பாங்கு, விளிம்புநிலை மனிதர்கள் மீதான அன்பு, மொழிப் புலமை, உயர் படைப்பைக் கொண்டாடும் இலக்கிய மனம், எல்லாவற்றுக்கும் மகுடம் சூட்டும் கலாரசிகத் தன்மை என இந்திரன் ராஜேந்திரன் என்ற பெயருக்கு விளக்கம் சொல்லலாம், சுருக்கமாக என்சைக்ளோபீடியா எனலாம்.

ரசனைதான் சிறப்பானதொரு வாழ்வு. ரசனைதான் ஒரு மனிதரின் பன்முகத் தன்மையை வளர்க்க வல்லது. ஒரு குழந்தையைப் போல் ஒவ்வொன்றையும் ரசிப்பவரே விமர்சகனாகவும் படைப்பாளியாகவும் ஆகிறார்.

இந்திரன் என்ற 75 வயது இளைஞருடன் அரைமணி நேரம் உரையாடினால் கூட பல்வேறு திறப்புகளைத் தர வல்ல அபூர்வமான உரையாடலாக அவரின் பேச்சு இருக்கும்.

யாருமறியாத தகவல்கள், யாருக்கும் தோன்றாத புத்தம்புது சிந்தனைகளை இவரிடம் கண்டு வியந்திருக்கிறேன். Free Transfer of knowledge, வாசகர் மய்ய விமர்சனம் போன்ற எண்ணில்லாப் புதிய உயர் சிந்தனைகளுக்குச் சொந்தக்காரர், எங்களைப் போன்றோருக்கு வழிக்காட்டி

கலை, கவிதை, கட்டுரை, மொழிபெயர்ப்பு, கலை விமர்சகர், சிற்பம், ஓவியம், தலித் இலக்கியம், நுட்பமான மேடை பேச்சு, பதிப்பாளர், ஆவணப்பட இயக்குநர், பத்திரிகையாளர் என அவருக்கான அடையாளம் பல்துறை வித்தகர் என்பதே.

அனைத்துத் துறையிலும் கால் பதிப்பதே முதலில் வியப்புக்குரியது, அதிலும் ஒவ்வொரு துறையிலும் ஆழ்ந்து அகழ்ந்து அறிதல் என்பது பிரமிப்பு.

உலகளாவிய கலை இலக்கியத்தைத் தமிழர்களுக்கு அறிய தந்ததில் இந்திரன் அவர்களின் பங்களிப்பு அளப்பரியது.

ஒவ்வொரு துறையிலும் அவரின் ஆளுமை கடலினும் பெரிது எனினும்,

கொஞ்சம் சிப்பி
கொஞ்சம் மீன்கள்
கொஞ்சம் மணற்துகள்
கொஞ்சம் நனைந்த ஆடை
கொஞ்சம் கடற்பாசி
என்னுடன் வீடு
நுழைகிறது கடல்

என்ற என் வரிகள் நினைவுக்கு வருகிறது. அவ்வளவு பெரிய கடலை ஒரு துளியாக எடுத்துச் செல்வது போல்...

கரையோரம் கால் நனைக்கும் சிறுமியாக இந்திரனின் கடலிலிருந்து சிலவற்றை உங்களுடன் பகிர்வதில் மகிழ்கிறேன்.

தமிழ் அழகியல் ரசனை

தமிழ் அழகியல் என்ற பொருண்மையோடு இதுவரை வேறெதுவும் நூல் வந்திருக்கிறதா எனத் தெரியவில்லை, ஆனால், தமிழ்ச் சமூகத்தின் அழகியல் உணர்வையும், அறிவியல் அறிவையும் பறைசாற்றும் முக்கியமானதொரு நூல்தான் 'தமிழ் அழகியல்'.

சிற்பங்களில் இயக்கம் குறித்து நான் அறிந்துகொண்டது இந்திரன் மூலம்தான். தேவதைகள் படத்தை இறக்கைகளுடன் ஓவியத்திலும் சிற்பத்திலும் படைத்திருப்பது மேலை நாட்டுப் பாணி...

தமிழர்கள், பறக்கும் உருவங்களின் உடல் மொழி மூலமாகவே கால்கள் தரையில் பாவாமல் மடிந்தபடியும் இலேசாக முன்புறம்

சாய்ந்தபடியும் காட்டி அவர்கள் பறக்கிறார்கள் என்பதை நுட்பமாக உணர்த்துவதில் வல்லவர்கள் என நூலில் விரித்துரைத்திருப்பதின் மூலம் ஒளி பாய்ச்சப்படாது கிடந்த தமிழ்ச் சமூகத்தின் அறிவியலும் அழகியலும் ஒளிபெறுகின்றன என்றால் மிகையில்லை.

தமிழரின் மலர் பண்பாடு குறித்து எழுதும்போது மலரின் நிலைகளை வகைப்படுத்தி இருப்பார்கள். அதில் ஓரிடத்தில், மாலை மலரும் இந்நோய் என வள்ளுவர் காமத்தைப் பூவாக உருவாகித்திருப்பதை நுட்பத்துடன் அணுகி ஆய்ந்து, பிறருக்கும் துய்க்கத் தருகிறார்.

யாளி என்ற புனைவு விலங்கு தமிழ்ச் சமூகத்தின் அழகியலுக்குச் சான்று என்று கூறும் இந்திரன், அவரது பதிப்பகத்தின் பெயராக 'யாளி' என்பதையே வைத்துள்ளார் என்பதும், 'யாளி விருது' என விருதுகளும் வழங்கியிருக்கிறார்.

யாளி கலை பண்பாட்டு மையம் என்றொரு அரங்கை சென்னைப் புத்தகக் கண்காட்சியில் இடம்பெறச் செய்து, அதில் சிற்பம், ஓவியம் ஆகியவற்றை வைத்திருந்ததும் குறிப்பிடத்தக்கது.

ஒரு கலைஞன், படைப்பாளி என்பவன் வெற்றுச் சொல்லாக மட்டுமே வாழ்பவனல்ல... கலையாக, படைப்பாகத் தானே வாழும் அருங்கலையின் வெளிப்பாடுதான் 'யாளி' என்ற பெயர் சூட்டல் என்றால் மிகையல்ல.

தமிழ்ச் சமூகத்தில் நிலவிய அழகியல்...

பெண்களின் சிகையலங்கராம், நகையலங்காரம், கூத்து, கட்டடக் கலை, சிற்பக் கலை, ஓவியக் கலை, நிகழ்த்துக் கலைகள் என ஒவ்வொரு கூறிலுள்ள அழகியலையும் அறிவியலையும் ஆவணப்படுத்தியிருப்பது தமிழ்ச் சமூகத்திற்கு இந்திரன் ஆற்றியிருக்கும் அருந்தொண்டாகும்.

இவ்வளவு அழகியலையும் ரசிக்கவும், அது குறித்து விரிவாக எடுத்துரைக்கவும் ஆழ்ந்த கலையறிவும் நுட்பமும் தேவை. அதைத் தாங்கி நிற்கும் என்சைக்ளோபீடியாதான் இந்திரன்.

தமிழ்நாட்டின் 'நிகனோர் பர்ரா' இந்திரன்

கவிதை என்றால் என்ன என்பதில் தொடங்கி, அது என்ன செய்கிறது அல்லது செய்ய வேண்டும் என்பதுவரை தொடர்ந்து எழுதிவரும் இந்திரனின் கவிதைகள் அவரின் கூற்றுப் போலவே எக்காலத்தில் வாசித்தாலும் புத்துணர்ச்சியை, புதுமையைத் தரவல்லவை. இலக்கியச் சுதந்திரத்தோடு உலா வரக்கூடியவை இந்திரனின் கவிதைகள்.

அமெரிக்கக் கவிஞன் நிகனோர் பர்ராதான் எதிர் கவிதைகள் என்ற போக்கினை உருவாக்கி வெற்றி பெற்றவர். இவரது கவிதைச் சிந்தனைகள் தாவோ சிந்தனையை ஒத்தது.

தமிழ்நாட்டில் எதிர் கவிதை நூலாக 'மேசை மேல் செத்த பூனை' குறிப்பிடத்தக்கது.

நூலிலிருந்து ஒரு கவிதை:

லெவல் கிராஸிங்கில்
காத்திருப்பது போல
வயது வித்தியாசம் இல்லாமல்
எல்லோரும் காத்திருக்கிறோம்
மரணத்திற்காக
ஸ்கூட்டரில், சைக்கிளில், காரில்
தன்னோடு காத்திருக்கும்
சக மனிதர்களை வேடிக்கை
பார்த்துக் கொண்டும்
அவர்களைப் பற்றி அவதூறாய் ஏதேனும் நினைத்துக்
கொண்டும்
கைப்பேசியில் பேசிக் கொண்டும்
காரில் பாட்டுக் கேட்டுக் கொண்டும்
சே... என்ன தாமதம் என முணுமுணுத்துக் கொண்டும்
காத்திருக்கிறோம்...
மரணத்திற்காக
ஆனால் மரணம் யாருக்காகவும்
காத்திருப்பதில்லை.

மனுஷ்யபுத்திரன் ஒருசில கவிதைகளில் எதிர்க் கவிதை போக்கை உருவாக்கியுள்ளார். ஆனால், இந்திரனின் நூல் போன்று வேறு நூல் முழுதும் எதிர்க் கவிதைகளைக் கொண்டிருக்கிறதா என நான் அறியவில்லை.

கலை விமர்சகர் இந்திரன் அய்யாவின் எதிர்க் கவிதை நூலின் தலைப்பே ஒரு எதிர் கவிதை மூலமாக இருப்பது வியப்பைத் தந்தது.

இப்படி, எல்லாவற்றிலும் புதுமையைப் பொருண்மையோடு தர வல்லவர்.

எதிர்க் கவிதை என்பது புது திசையில் புது பாடுபொருளோடு பயணிப்பது...

கவிதையின் அரசியல் - கலை இலக்கிய விமர்சகர்

காலத்திற்கும் தேவையானதொரு நூலாக இந்நூலைக் கருதுகிறேன். கலை விமர்சகராகத் தன் கடமையை மிகச் சரியாக இந்நூல் மூலம் நிறுவியுள்ளார்.

படைப்பாளிகளின் குழு மனப்பான்மையால் படைப்பு எவ்வாறு சிதைவுறுகிறது என்பதையும், போதிய கவனம் பெறப்பட வேண்டியவை காணமல் போவதும், தரத்தின் அடிப்படையிலன்றிச் சில படைப்புகள் தூக்கிப் பிடிக்கப்படுவதும், பல்லாயிரமாண்டுத் தொன்மையான தமிழ் இலக்கியப் பெருவெளியில் எவ்வித தாக்கத்தை ஏற்படுத்தும் என்பதையும் தமிழ்ச் சமூகப் படைப்பாளியாக மிகுந்த அக்கறையுடன் பதிவு செய்திருக்கிறார்.

அவரது 'Aesthetics of Ambivalence' போன்ற கட்டுரைகள் கலை வெளிப்பாடு சார்ந்த பிரச்சினைகளைப் பேசக்கூடியவை. எர்னஸ்ட் காசிரர் போன்றோரின் கருத்துகளை இந்நூல் வழியாகக் கடத்துகிறார். அதே நேரத்தில் 'உடம்பு மொழி கவிதை' என்ற தலைப்பின் கீழான விவரிப்பில் அசந்து போனேன்.

'முப்பட்டை நகரம்' (1982) தொகுப்பிலிருந்த கவிதை ஒன்று...

"வரவர வார்த்தைகள் மீதே எனக்கு நம்பிக்கை
அற்றுப்போச்சு. நான் சொல்ல
மற்றவன் வேறொன்றாய்ப் புரிந்துகொள்ள விளக்கம் -
மறுவிளக்கம்
விளக்கத்திற்கு விளக்கமெனப் புதராய் மண்டி
புற்றாய் வளரும் வார்த்தைகள்"

என்ற நீண்ட கவிதையின் மூலம் மொழிக்கும் கவிஞனுக்கும் உள்ள தொடர்பை, தொடர்பற்ற நிலையை விளக்குகிறார். மொழிக்கும் கவிஞனுக்கும் தொடர்பற்ற நிலை எப்போது நிகழ்கிறது, அதன்பின் இருவரின் நிலையென்ன என்பதைப் பற்றியெல்லாம் சிந்திக்கக் கூடுதல் தொலைநோக்குப் பார்வை தேவைப்படுகிறது.

'அறைக்குள் வந்த ஆப்பிரிக்க வானம்' (நிறவெறி அரசியலின் எதிர்நிலையாக), 'பசித்த தலைமுறை' (மூன்றாம் உலக நாடுகளின் குரலாக), 'காற்றுக்குத் திசை இல்லை' (தமிழுக்குப் பிற மாநில இலக்கிய அறிமுகமாக), 'பிணத்தை எரித்தே வெளிச்சம்' (அகில இந்திய தலித் எழுத்துகளின் அறிமுகமாக), 'கவிதையின் அரசியல்' (திராவிடச் சிந்தனையை அரசியல் களத்தில் எதிர்க்க முடியாதவர்கள்

இலக்கியத்தில் நவீனத்துவத்தின் பெயரால் எப்படி அதனை எதிர்கொண்டார்கள் என்பதைத் தோலுரித்துக் காட்டும் புத்தகம்) என ஒவ்வொரு தொகுப்பும் ஒரு வகைமாதிரி.

கோட்டோவியம் - ஓவியர்

மனிதன் கண்டுபிடித்த மிகப்பெரிய கருவி கோடு என்கிறார். அதன் வழியே அவர் அழகியலுக்குள் பயணிக்கும் விதம் சிறப்பானது. அழகியல், கோடு, வண்ணம், வெளி, கலை, அடையாளம், குறியீடு, கலைப் பார்வை என விரிவான அறிமுகத்துடன்...

அந்நூலின் நான்காம் பகுதியில், பெண் உருவத்தைக் கோட்டோவியமாக வரைய தான் மேற்கொண்ட முயற்சிகள் பற்றி விவரிக்கிறார். கோட்டோவியங்களில் அவர் கூறும் வடிவங்களைக் கண்டுபிடிப்பது ஒரு சவாலாகவே இருக்கும்.

ஆயினும் அவரது நூற்றுக்கும் மேற்பட்ட பெண் சித்திர கோட்டோவியங்களில் இக்கால பெண்களின் வடிவமாக இருந்தாலும், அவர் மனதில் பதிந்த தமிழ்ப் பண்பாட்டுக் கூறுகளை மீறி அவை வெளிவரவில்லை என்ற வெளிப்படையான அவரது கருத்து, பன்னாட்டுக் கலை படைப்புகளை அறிந்திருந்தாலும் தமிழ்ப் பண்பாட்டுக் கூறுகளின் தொன்மையை, விழுமியங்களைப் போற்றும் பெருங்குணமும் பாராட்டுக்கு உரியது.

இந்திய அரசியலமைப்புச் சட்டத்தின் முதல் பிரதியை வடிவமைத்த ஓவியர் கிருபால் சிங் ஷெகாவாட் போன்றோர் பற்றியெல்லாம் இந்திரன் மூலமே அறிய வாய்த்தது.

அவரது கோட்டோவியத்தில் சைக்கிளும் மாடும் இணைந்ததொரு கோட்டோவியம் சொல்கின்ற செய்திகள் ஏராளம்...

சமீபத்தில் கூட பூனையுடன் விளையாடும் குழந்தை யேசுவின் அற்புத ஓவியம் ஒன்றைக் குறித்து எழுதியிருந்தார். கோட்டோவியம் பற்றி மட்டுமல்லாது இம்பிரஸ்னிச ஓவியங்கள் குறித்தும் தொடர்ந்து எழுதிவருவதும் தேடலின் வெளிப்பாடு.

ஓவியத்தை அறிந்தால் இலக்கியம் எழுதுவது திடம்படும் என்றுணர வைப்பவை அவர் வரையும் ஓவியங்களும், ஓவியங்கள் குறித்த கட்டுரைகளும்.

சிற்பம்

விளிம்புநிலை மனிதர்களின் வாழ்வியலைப் பிரதிபலிக்கும் கலைகளை, படைப்புகளைக் கொண்டாட இந்திரன் தவறுவதில்லை.

மூக்கையா வடித்த சுடுமண் சிற்பங்கள் குறித்துத் தொடர்ந்து பேசியும் எழுதியும் வந்திருக்கிறார்கள். குறிப்பாக, மூக்கையா வடித்த பறையடிக்கும் மனிதன் சிற்பம் குறித்து அவர் சொல்லும்போது, "தமிழ்ப் பண்பாட்டிற்குள் ஒரு ஜீவ சக்தி இருக்கிறது.

பறையடிக்கும்போது ஆடிக்கொண்டே அடிக்கும் உடலின் அதிர்வுதான் ஜீவசக்தி. அந்த ஜீவசக்தியை எல்லாம் எடுத்துக் கொண்டுவந்து செய்யப்பட்ட சிற்பம்தான் இது" என்று எளிய மனிதர்களிடம் நிறைந்திருந்த ஜீவசக்தியைப் புரிய வைக்கும் நுட்பத்திறன் வியப்பிற்குரியது.

இதேபோன்றே பி.எஸ்.நந்தனின் புத்தரின் சிற்பம் ஒன்றைக் குறித்து இந்திரன் மூலம் அறிந்தேன். புத்தரின் சிற்பத்தில் முகம் இருக்க வேண்டிய இடத்தில் எந்த விவரணையும் இல்லாது குழி போல் அல்லது விளக்குப் பொருத்தும் மாடம் போல் அமைப்பு மட்டும் இருக்கும்.

சிற்பத்தை இருட்டில் வைத்து, பின் முகத்தருகே உள்ள குழியில் எண்ணெய் ஊற்றி திரியிட்டு ஏற்றினால், சுடரும் ஒளியில் புத்தரின் முகமும் புருவமும் இதழும் ஒளி வடிவில் தெரிவதும்... அக்காட்சியினைக் கண்டதும் இருகரம் கூப்பித் தொழ வைக்குமென்றும் விவரிக்கிறார் சிற்பி. கண்மூடி முன் அமர்ந்து, விழி திறந்து பார்க்கையில் புத்தரின் தியான நிலை காணக் கிடைக்குமாம்.

சூரிய வெளிச்சத்தில் பார்க்க, நம் தியானத்தில் எம்முகத்தைக் காண நினைக்கிறோமா, அம்முகம் அங்கு தெரியும் என்றும் கூறினார்கள். கூடவே தியானமே மேலானது என்பதைப் பறைசாற்றவே இச்சிற்பத்தை வடித்ததாகவும் கூறினார்.

அயர்லாந்தின் விக்ளோ மலையுச்சியில் உள்ள தத்துவப் பூங்காவில் விக்டர் லாங்ஹெல்ட் நிர்மாணித்த பட்டினி கிடக்கும் புத்தர் சிலையை (போதிசத்வர்), மூல சிலை 16 அங்குலமே, பெரிதாக நிர்மாணித்திருக்கிறார் லாங்ஹெல்ட். இது காந்தாரா கலை.

மகிஷாசுரமர்த்தினி கிளியோடு இருக்கும் அரிய சிற்பங்கள் என எண்ணற்ற சிற்பங்களை அதன் அழகியலை, கட்டமைப்பை, அதன் உள்ளார்ந்து நின்று பெருமை கூட்டும் நிலவியல் பண்பாட்டுத்

தொன்மங்களைத் தொடர்ந்து வெளிச்சத்திற்குக் கொண்டுவரும் அரும் சேவையை இந்திரன் செய்துவருகிறார்.

மொழிபெயர்ப்பாளர்

வெறும் மொழிமாற்றம் செய்வதாக மட்டுமல்லாமல், எளிய சொற்களைக் கொண்டு உணர்வுகளைக் கடத்தும் ரசவாதம்தான் இந்திரனின் மொழிபெயர்ப்பு.

எங்கெல்லாம் துயருறும் மனிதர்கள் இருக்கிறார்களோ, அவர்களிடம் ஏராளமான பாரம்பரிய அறிவும் வலியும் தம் தொன்மக்குடி பற்றிய நீண்ட வரலாறும் இருக்கிறது.

அத்தகைய துயருற்ற விளிம்புநிலை மனிதர்களை, அவர்களின் கலையை, கவிதைகளை, படைப்புகளை மொழிபெயர்த்திருப்பதும் இந்திரனின் சிறப்பாகும்.

உரையாடல்

கலை என்பது மக்களுக்கானதாக இருக்க வேண்டுமென்பதில் இந்திரனின் படைப்புகள் மிக உறுதியான முன்னெடுப்புகளைக் கொண்டவை.

இந்திரன், துயர் படிந்தவர்களின் இலக்கியத்தைத் தூக்கிப் பிடித்ததின் மூலம், பிரபஞ்ச மனிதர்கள் மீதான அன்பை நிலை நிறுத்தியிருக்கிறார்.

எளிதில் கடந்துவிட முடியாத சொல்லாடல், "பத்திரமாக இறந்துவிட்டார்."

Every Experience as Peak Experience

ஒவ்வோர் அனுபவத்தையும் சிகர அனுபவமாக மாற்றிக்கொள்ள வேண்டும் என்ற ஒரு நேர்மறை சிந்தனையை ஒரு எடுத்துக்காட்டுடன் சொன்னார்கள்.

Preparedness Vs Spontaneity

'சிற்பி 85' நிறைவு விழாவிற்கு வந்திருந்தார். அப்போது "எந்த மேடைக்குப் போனாலும், அங்கு முக்கிய விருந்தினர்கள் யாரும் வராமல் போய்விட்டால், உன்னைப் பேச அழைத்தால் உடனே பேசும்படி தயாராகச் செல்ல வேண்டுமென சிற்பி அய்யாவின்

ஆசிரியர் அப்துல் கஃபூர் சொல்வார்களாம்" என்று சிற்பி தன்னிடம் சொன்னதாகக் கூறினார்.

மேலும், "நான் prepared and planned ஆக எதையும் செய்ய மாட்டேன். Spontaneous ஆக ஆக்ட் செய்வேன்" என்றார். அந்த உரையை நேரில் கேட்க வாய்த்தது என் வரம். மேடையில் ஒரு ராஜா (வாணவராயர்), ஒரு துறவி (பொன்னம்பல அடிகள்) அவர்களுக்குத் தகுந்த மாதிரி extempore ஆகப் பேசினார்கள்.

புகழ் வேணும்

"புகழுக்கு ஆசைப்படுறான்னு கேவலமா பேசுறாங்களே... இல்லைங்க, எல்லோருக்கும் புகழ் மேல ஆசையுண்டு அது தப்புமில்லையே" என்றார். நம்ம தமிழர் பண்பாடே அதானே என்றவர் கீழ் வரும் பாடலைச் சொன்னார்,

'புகழெனின் உயிரும் கொடுக்குவர்;
பழியெனின் உலகுடன் பெறினும் கொள்ளலர்'

(புறநானூறு பாடல் 182)

"புகழ் என்று சொன்னால் உயிரைக்கூட தருவார், உலகத்தையே கொடுத்தாலும் சிறு பழியைக் கூட ஏற்க மாட்டார் என்பதே இப்பாடலின் பொருள். ஆனால், முதல் வரியைப் பின்பற்றும் யாரும் இரண்டாவது வரியைப் பின்பற்றுவதில்லை பாருங்க" என்றார்.

சகமனிதனைப் போற்றுவது என்பதை வெறும் எழுத்தாக மட்டுமல்லாமல் செயலாக்கத்தில் காட்டக்கூடியவர் என்பதை சிற்பியின் பிறந்தநாள் காணொலிக்காக எடுத்துக்கொண்ட சிரத்தையில் அறிந்தேன்.

கலை இலக்கியம் என்ற சொற்றொடருக்குள் மட்டுமே அடக்கிவிட முடியாத சிந்தனையும் ரசனையும் கொண்ட பேராளுமை இந்திரன்.

ஆவணப்பட இயக்குநர்

சிற்பி அய்யாவின் 85ஆவது பிறந்தநாளிற்காக இந்திரன் தயாரித்த ஆவணப்படம், ஆவணப்பட இயக்கத்திற்கும் நட்பின் இலக்கணத்திற்கும் எடுத்துக்காட்டு.

ரசனையே மிகச் சிறந்த வாழ்வு
ரசனையே மனிதர்களைப் பண்படுத்தும்

ரசனையே ஒருவரைப் படைப்பாளியாக்கும் படைப்புகள் மனிதர்களிடையே அன்பைப் பரப்பும்.

படைப்பின் அத்தனை முகத்தையும் தன்னுள் கொண்டிருக்கும் ஆளுமை இந்திரன் எனும் என்சைக்ளோபீடியா.

வாழிய செங்கடல் முத்தே!

மௌனன் யாத்ரிகா

செப்டம்பர் 3, 2015. இரவு 9:02க்கு மெசஞ்சரில், இந்திரன் அவர்களுக்கு ஒரு செய்தி அனுப்புகிறேன்.

"வணக்கம் சார். உங்கள் தொடர்பு எண் வேண்டும். எனது அடுத்த கவிதைத் தொகுப்புக்கு உங்கள் அணிந்துரை வேண்டுதல் தொடர்பாக உங்களிடம் பேச வேண்டும். நன்றி."

நான் அனுப்பிய மேற்கண்ட செய்திக்கு, அன்றிரவே, 10:05க்கு அவரிடமிருந்து பதில் வருகிறது.

நான் கேட்டது அவருடைய போன் நம்பர். ஆனால், அவர் தன்னுடைய மின்னஞ்சல் முகவரியையும் சேர்த்து அனுப்பியிருந்தார்.

இந்தச் செய்தி பரிமாற்றத்திற்கு முன்புவரை அவருடனான எந்த நேரடியான தொடர்பும் எனக்கிருந்ததில்லை. கவிதையியல் குறித்தும் கலைகள் குறித்தும் அவர் எழுதிய கட்டுரைகளை அங்கொன்றும் இங்கொன்றுமாகப் படித்திருந்தேன் என்பதைத் தவிர வேறெந்த அறிமுகமும் இல்லை. அதில் கூட அவரது பெயர் மட்டுமே அறிந்திருந்தேனே தவிர முகம் அறிந்திருக்கவில்லை. முதன்முதலாக அவர் முகத்தை, அந்த ஆண்டு வந்திருந்த தை கவிதை இதழில்தான் பார்த்தேன். ஏதோவொரு நாட்டில், ஓர் இலக்கிய நிகழ்வில் கலந்துகொண்டு

நீலம் ♦ 47

கவிதைக் குறித்துப் பேசியிருந்த புகைப்படம் அவர் ஆற்றிய உரையுடன் வெளிவந்திருந்தது. அவர் மீது மட்டும் பாய்ச்சப்பட்ட ஒளியின் நடுவில், அரங்கத்தின் ஒரு முனையில், சிறிய ஸ்டூலில் அமர்ந்து பேசுவது போலிருந்த அந்தப் புகைப்படத்தில் அவரை முதன்முதலாகப் பார்க்கிறேன். பிற நாட்டு நல்லறிஞரோ என்றுதான் முதலில் நினைத்தேன். பிறகு, அந்த முகத்தை ஆழ்ந்து பார்த்தேன். அந்த முகத்தில் ஒளிர்ந்த கூர்மையான கண்கள் தமிழ் நிலத்தின் ஈரத்தோடு இருந்தன. மேலும், அந்த முகத்தில், பாடறிந்து ஒழுகும் பண்பின் சாயலைக் கண்டேன். வெயில் கொளுத்தும் பாலை நிலத்தில் பச்சையத்தைத் தக்க வைத்திருக்கும் கத்தாழையைப்போல் தமிழ் இலக்கியப் பரப்பில் மிகுந்த ஈரத்தோடு தன் இதயத்தைப் பேணுகின்ற ஒருவராக அவரை அவதானித்தேன்.

யாரிடமும் துணிந்து பேச முடியாத அளவுக்குத் தயக்கம் என்னை ஆட்கொண்டிருந்த காலகட்டம் அது. ஆனால், அவரிடம் அந்தத் தயக்கம் ஏற்படவில்லை. உடனே பேசிவிட வேண்டும்போல் உணர்வு மேலோங்கியது. அதற்குக் காரணம் இதுவரை புரியவில்லை. ஒருவேளை, அவருக்கான அடையாளமே அதுவாகக் கூட இருக்கலாம். யாருக்கும் எந்த விதமான தயக்கத்தையும் தனது பாவனைகளோ, செயல்களோ, நடவடிக்கைகளோ ஏற்படுத்திவிடக் கூடாது என்பதை அவர் தன் வாழ்வியலில் கடைப்பிடிப்பதைப் பின்னாளில் கண்டறிந்தபோது அதுதான் அவருடைய உண்மையான இயல்பு என்பதை உணர்ந்தேன்.

கவிதையுலகில் செல்வாக்கோடு இருந்த கவிஞர்கள் பலருடைய பெயர்களும் நினைவுக்கு வந்து அச்சுறுத்திக்கொண்டிருந்த அந்த நாட்களில், இந்திரனைக் கண்டடைந்த என் புத்திசாலித்தனத்தை இப்போதும் நான் வியக்கிறேன். வேறு எங்கேனும் போய் அகப்பட்டிருந்தால் என் துரதுருஷ்டம் என்னை விடாமல் துரத்தியிருக்கும் என்பதைப் பின்னாட்களில் கண்டுபிடித்தேன்.

எனக்கு அப்போதே தோன்றிற்று, நமது அடுத்த கவிதைத் தொகுப்பின் ஆக்கத்திலும் அடுத்தகட்ட நகர்விலும் இவருடைய பங்களிப்பு நிச்சயம் இருக்க வேண்டும்; என்னுடைய வழிகாட்டி என்று இந்த இலக்கிய உலகுக்கு இவரை முன்னிறுத்திப் பார்த்து மகிழ வேண்டும்.

மறுநாள் பேசினேன். இரண்டு கவிதை நூல்கள் வெளிவந்திருந்த போதும் இலக்கியத் துறையில் எனக்கான இடம் எதுவும் ஏற்பட்டிருக்கவில்லை என்று நம்பிக்கொண்டிருந்த காலத்தில்

அவருடைய பேச்சு அந்த எண்ணத்தை மாற்ற உதவியது. 'கவிதை என்பது நெரிசல் மிகுந்த பஸ். அந்தக் கூட்டத்தில் புகுந்துதான் நீங்கள் பயணிக்க வேண்டும். உங்கள் தூரம் எதுவென்று நீங்கள் அந்தப் பயணத்தில் கண்டறிவீர்கள்' என்ற தோரணையில் அவரது உரையாடல் இருந்தது.

அன்றே சில கவிதைகளை அவருடைய மின்னஞ்சலுக்கு அனுப்பினேன். அடுத்த சிலமணி நேரத்தில் அவரிடமிருந்து அழைப்பு. எனக்கு வியப்புத் தாளவில்லை.இதெல்லாம் தமிழ் இலக்கியச் சூழலில் சாத்தியம்தானா! என்னை நான் கிள்ளிப் பார்த்துக்கொண்டேன். நீங்கள் அந்தத் தருணத்தை எப்படி எடுத்துக்கொள்வீர்களோ அறியேன். நான், வியப்பின் உச்சியில் போய் நின்றேன். ஏனெனில் தமிழ்ச் சூழல் அப்படியில்லை என்பதாக அப்போதைய என் சிற்றறிவுக்குச் சொல்லப்பட்டிருந்தது. அது, மாபெரும் சிருஷ்டி கர்த்தாக்கள் புழங்கும் வெளி. அந்தக் கர்த்தாக்களைத் தரிசிக்கவோ பேசவோ வேண்டுமெனில் நீங்கள் வரம் பெற்றவராக இருக்க வேண்டும் என்பது போன்ற மாயக்கதைகள் புழங்கும் வெளி.

புகழ் வெளிச்சம் பெற்ற கவி ஒருவர், அந்த வெளிச்சத்தை நோக்கி வந்துவிட வேண்டும் என்ற ஆவலோடு இருளில் நின்று கொண்டிருக்கும் சாதாரண இளங்கவிஞனிடம் பேசக்கூடச் செய்வாரா என்கிற திகைப்பு என்னைவிட்டு நீங்கவில்லை. உலகத்தில் எங்கேனும் சில அதிசயங்கள் நடந்துகொண்டேதான் இருக்கும். நாம்தான் அதைக் கண்டு ரசிக்க வேண்டும் என்பதை அன்று நான் அறிந்தேன்.

இந்திரன் என் கவிதைகள் குறித்துப் பேசினார்; பாராட்டிப் பேசினார்; வியந்து பேசினார்; புகழ்ந்து பேசினார். என்னளவில் நான் ஒரு கவிஞன் என்கிற இறுமாப்புத் தோன்றிவிடுமோ என்கிற வகையில் அவருடைய பேச்சின் சாரம்சம் அமைந்திருந்தது. கிட்டத்தட்ட பத்து நிமிடங்கள் அமைந்த அந்த உரையாடலில் நான் காதுகளை மட்டுமே திறந்து வைத்திருந்தேன். வாய் வார்த்தைகள் வெறும் 'ம்' என்பவையாக மட்டுமே இருந்தன. அவ்வளவு பாராட்டுகளை நான் அதுவரை யாரிடமிருந்தும் கேட்டதில்லை. உரையாடலின் ஒருகட்டத்தில் எனக்குள் ஒரு நிமிர்வு தோன்றி மறைந்ததை நான் மறைக்க விரும்பவில்லை. அவரது பேச்சு அப்படிச் செய்துவிட்டது. அவர் கணித்த இடத்தை இன்று நான் அடைந்திருக்கிறேனென்றால், அதற்கு, என் மீது அவர் அன்று கொண்டிருந்த அந்த நம்பிக்கைதான் காரணம். முகம் தெரியாத ஒருவனை முதல் பேச்சிலேயே உணர்ந்துகொள்ளுதல்

நீலம் ♦ 49

என்பதெல்லாம் தீர்க்கதரிசனம் என்றுதான் சொல்வேன். இந்திரன் என்னளவில் ஒரு தீர்க்கதரிசியாகத்தான் இன்றளவும் தெரிகிறார்.

அன்றைய உரையாடலில் இந்திரன் ஒரு கேள்வியை என்னிடம் கேட்டார். அதை நான் எப்போதும் மறப்பதற்கில்லை. "இவ்ளோ நாளா நீங்க எங்க இருந்தீங்க?" என்பதுதான் அந்தக் கேள்வி. அன்று என்னிடம் பதில் இல்லை. பிற்காலத்தில் சொன்னேன், "சார், நான் இங்கதான் இருக்கேன். தமிழின் மகத்தான கவிஞர்களில் ஒருவனாய் நான் அந்த இடத்துக்கு வருவேன்னு நீங்க நம்பினதாலேயே அந்த இடத்துக்கு வந்தேன். உங்க நம்பிக்கைதான் சார் என்னை வளர்த்தெடுத்துச்சு."

அவர் அந்த வாக்குமூலத்தை மறுத்துவிட்டார். அது, அவருடைய பெருந்தன்மை. ஆனால், உண்மை நான் சொன்னதுதான். அவர் மட்டும் என்மீது நம்பிக்கை கொள்ளாதிருந்திருந்தால் என்னை நிறுவுவதற்கு முயன்றிருப்பேனா என்று எனக்குத் தெரியவில்லை.

இன்று, என் மீது விழும் எல்லா வெளிச்சத்துக்குப் பின்னும் அவருடைய நம்பிக்கை இருக்கிறது என்பதை நான் ஒருபோதும் மாற்றிக் கூறிவிட மாட்டேன். ஒரு நல்ல மனிதரின் அன்பினால் வழிநடத்தப்பட்டால் யார் வேண்டுமானாலும் ஓர் இலக்கினை அடையலாம். அவ்வளவு பாதுகாப்பான, உறுதியான, நம்பிக்கையான அன்பாக அது இருக்கும் பட்சத்தில் அது சாத்தியமே. எனக்கு அது கிடைத்தது என்பதைப் பெருமையோடு பறையடித்து முழங்கிச் சொல்வேன்.

◯

மறு வாரமே நேரில் சந்திக்க வரச் சொன்னார். தமிழின் மிகப்பெரிய அறிவுஜீவி ஒருவரைப் பார்க்கப் போகிறோம் என்கிற பதற்றமோ வியப்போ இல்லாமல் இரயில் ஏறினேன். முதல் பேச்சிலேயே அதை அவர் உடைத்துப் போட்டிருந்தார் என்பது அதன் காரணம். 'எதையும், யாரையும் ஆச்சரியத்தில் அண்ணாந்து பார்க்காதே, எல்லாமே அதனளவில் ரொம்ப இயல்பானவைதான். எளிமையாகவே அணுகப் பழகிக்கொள்' என்றுரைத்த அவருடைய வார்த்தைகளை அவரிடமே பிரயோகித்தேன்.

அதுவரை நான் எழுதி வைத்திருந்த கவிதைகளைத் தொகுத்து எடுத்துக்கொண்டு அவருடைய வீட்டை அடைந்தபோது, ஏற்கெனவே எனக்குப் பரிச்சயமாகியிருந்த சென்னை புதிதாகத் தோன்றியது.

காத்திருக்க வைக்கவில்லை, எதிர்பார்ப்பை உருவாக்கவில்லை, பிரமிப்பைத் தரவில்லை, பிம்பத்தைக் கட்டமைக்கவில்லை. எளிமையாக வரவேற்றார், இயல்பாக அணுகினார், சமமாகப் பாவித்தார், எனக்குத் தயக்கமோ பதற்றமோ ஏற்படா வண்ணம் உரையாடினார்.

அவருடைய உளச்சூழல் போலவே அழகாக இருந்தது வீடு. பால்கனியில் இருந்த தாவரங்களைப் பின்னணியாகக் கொண்டு ஒரு தற்படம் எடுத்துக்கொண்டோம். எல்லாமே அதனியல்பில் நடந்துகொண்டிருந்தது.

மாலைப்பொழுது நெருங்கியபோது அவருடைய காரில் அழைத்துக்கொண்டு சென்னையின் புதிய அழகை அறிமுகப்படுத்தினார். அவருடைய ஓட்டுநர் இளையராஜாவின் மெலடிகளைக் கசியவிட்டு எனது அனுபவத்தை என்றுமே மறக்க முடியாதவாறு மாற்றினார்.

நாங்கள் ஓர் உணவு விடுதியில் தேநீர் அருந்தினோம். அதன் இனிப்புச் சுவைக்குச் சர்க்கரை மட்டுமே காரணமில்லை என்பதை நானறிவேன். அன்றிரவே நான் ஊருக்குப் பயணிக்க வேண்டும் என்பதால் மீண்டும் என்னை வீட்டுக்கு அழைத்துச் சென்று அவருடைய சில நூல்களை அன்பளித்து, போய் வாருங்கள் என்று விடைகொடுத்தபோது இளையராஜாவின் பாடல் என் துணைக்கு வந்தது.

○

பயணத்தின்போதே அவர் கொடுத்த நூல்களைப் படிக்கத் தொடங்கியிருந்தேன். 'அறைக்குள் வந்த ஆப்பிரிக்க வானம்', 'மிக அருகில் கடல்', 'முப்பட்டை நகரம்', 'மின்துகள் பரப்பு' ஆகிய நூல்களில் 'மிக அருகில் கட'லும், 'அறைக்குள் வந்த ஆப்பிரிக்க வான'மும் என்னை மாறி மாறி தன்வசப்படுத்திக்கொண்டன.

தமிழ்ச் சூழலில் இன்று ஆப்பிரிக்க இலக்கியங்கள் பரவலாக வந்து சேர்ந்திருப்பதற்கு முக்கியக் காரணமாக விளங்கும் 'அறைக்குள் வந்த ஆப்பிரிக்க வான'த்தை வாசித்த அந்த முன்னிரவு என் வாழ்வில் ரொம்ப முக்கியமானது. என் எழுத்தின் போக்கை மாற்றிய நூல் அது. கற்பனையும் மொழி வளமும் இருந்தால் கவிதை சாத்தியமாகிவிடும் என்கிற வகைப்பாட்டுக்குள் அடங்கிப் போயிருந்த என் அறிவுச்சூழலை மாற்றி, வாழ்க்கையை நுட்மாக அவதானிப்பதும், அந்த வாழ்க்கையை ரத்தமும் சதையுமாக

நீலம் ♦ 51

வாழ்ந்திருப்பதும் ஒரு மகத்தான படைப்பை உலகுக்கு அளிக்க உதவும் என்பதை ஆழமாகப் புரிய வைத்த நூல்.

❍

அடுத்த சில நாட்கள் என் மன உலகை ஆட்டிப் படைத்தன ஆப்பிரிக்கக் கவிதைகள். இந்திரனின் வார்த்தைகளிலேயே சொல்வதானால், செனிகால் நாட்டு செங்கோர், நைஜீரியாவின் கேபிரியல் ஒகாரா, வோல்லே சொயின்கோ, மதகாஸ்கரின் ஃபிளேவியன் ரெனெய்வோ, லாங்ஸ்டன் ஹ்யூக்ஸ் என்று உன்னதமான இலக்கியக் கர்த்தாக்கள் என்னை ஆக்கிரமித்துக்கொண்டார்கள்.

இந்திரன் சொன்னதுதான் எனக்கும் நடந்தது. "அவர்கள் தங்கள் பாசாங்கற்ற, உண்மை மணங்கமழும் சொற்களால் என்னை ஆளத் தொடங்கினார்கள். அவர்களின் எழுத்துகள் என்னிடம் வெட்கப்படாமல் அழுதன, குற்றவுணர்வின்றிச் சிரித்தன, கர்வமின்றிக் கோபப்பட்டன, சுயநலமின்றி நட்பு பாராட்டின."

இந்திரனைச் சந்தித்த அனுபவமும், 'அறைக்குள் வந்த ஆப்பிரிக்க வான'மும் 'மிக அருகில் கட'லும் கொடுத்த வாசிப்பனுபமும் சேர்ந்து என்னை ஒரு கட்டுரை எழுதத் தூண்டின. அந்தக் கட்டுரையை இந்திரனுக்கு எழுதும் கடிதம் போல் பாவித்து எழுதினேன். அதை இக்கட்டுரையின் ஒரு பகுதியாக இணைப்பது சரியாக இருக்கும் என்று படுகிறது.

❍

கடல் பறவை

கடலுக்கு முன் அலைகள் பார்த்து அமர்ந்திருக்கிறேன். மிக அருகில் அமர்ந்திருக்கிறார் இந்திரன். கடல் புரளும் ஓசை அறையெங்கும் வியாபித்திருக்கிறது. அது, கோடையின் வெம்மை அடங்கிய அந்திப்பொழுது. அவர் வீட்டின் எதிரே இருந்த மரம் இலைகளால் மட்டுமே நிரம்பியிருந்தது. நகரத்தின் அடர்த்தியான காற்றுக்கு மரம் அசைந்துகொண்டிருந்தது. செக்கச் செவப்பு மலர்களால் அம்மரம் நிரம்பியிருந்த கடந்த பருவத்தில் இந்திரனுக்கு நான் அறிமுகமானவன் இல்லை. வெளிச்சத்திடம் தன்னை ஒப்படைக்கும் செடியென அவர்முன் இப்போது நான் அமர்ந்திருக்கிறேன். நாங்கள் உரையாடுகிறோம். திறந்த ஜன்னலின் வழியே உள்புகுந்த மாலை வெளிச்சத்தில் அவரது வாஞ்சை மிகுந்த மொழியை நான் பதிவு செய்துகொள்கிறேன். அவர் மொழி என் கவிதைக்கு உப்பிடுகிறது. அளவான ருசியோடு நாங்கள் கவிதையைச்

சமைத்துக்கொண்டிருந்தோம். மொழியின் மகரந்தம் கசிந்து, அறையெங்கும் சூழ்ந்திருந்தது கவிதையின் வாசனை.

சென்னையின் பிரத்யேகமானப் பக்கங்களை நெருக்கத்தில் உணர்ந்திருந்த ஒரு கவிஞனை, கொஞ்சம் கவிதைகளோடு போய் சந்தித்தபோது ஒரு புன்னகையால் பயணக் களைப்பைத் துரத்திவிட முடியும் என்பதைச் சாத்தியப்படுத்தினார் இந்திரன். நகரம் எனில் புழுக்கமும் இரைச்சலும் என்ற நினைவிலிருந்தவனை, சென்னைக்கு ஒரு யுவதியின் உதட்டசைவில் கசியும் முறுவல் இருப்பதை எனக்கு அறிமுகப்படுத்தினார்.

நகரம் லேசாகக் கறுப்பு வெள்ளையிலிருந்து வண்ணத்துக்கு மாறத் தொடங்கியபோது, அவரது காரில் நாங்கள் பயணிக்கத் தொடங்கினோம். அவருடைய கார் ஓட்டுநருக்கும் மிகச் சிறப்பான புன்னகையைப் பரிந்துரைத்திருப்பார் போலும். சூழலை மிருதுவாக்கும் பாடல் ஒன்றைக் காருக்குள் கசியவிட்டார் ஓட்டுநர். வானம் முழுவதும் இசையைப் பூசிய சிறகுகள் மிதப்பதைக் கார் கண்ணாடியை இறக்கிப் பார்த்துக்கொண்டிருந்தேன். மலைச்சிகரக் காடுகளில் இடியோடு பெய்த அடைமழையின் நினைவுகளில் அலை பரப்பி கையில் பிடித்தணைக்க முடியாத மேகங்களின் பிரதிபலிக்கும் பிம்பங்களைச் சுழல்களில் சுழற்றி இழுத்தபடி நகரும் நதியின் பழைமையை அப்பாடலின் இடையிசையூடே கலந்திருந்தார் இளையராஜா. பின்னிருக்கையில் அமர்ந்திருந்த இந்திரன் திறந்திருந்த கண்ணாடி வழியே கட்டடங்களுக்கு மேலாக மிதந்த மேகங்களைப் பார்த்துக்கொண்டே வந்தார்.

நாங்கள் இறங்கிய உணவு விடுதியின் வாசலில் சோடியம் விளக்குகளின் மஞ்சள் வெளிச்சம் இறைந்திருந்தது. முன்னிரவின் சாயலுக்கு அந்தி மாறிக்கொண்டிருந்தது. யாருமற்ற உணவு மேசையில் எதிரெதிரே அமர்ந்துகொண்டோம். இன்றைய கவிதைகள் பற்றி உரையாடத் தொடங்கினோம். பழைய எலும்புத்துண்டுகள் இன்றைய கவிஞனுக்குப் போதுமானவை அல்ல. புதிதாய் எழுத வருபவர்கள் வனத்திற்குள் நுழைந்து வேட்டையாடக் கூடியவர்கள்போல நடந்துகொள்ள வேண்டும். அப்போதுதான் இந்த நூற்றாண்டின் கவிதைக்கான சவால்கள் நம் முன்னால் தோன்றும். இந்தச் சவால்களை எந்த அளவுக்குக் கவிஞன் நேரடியாகச் சந்திக்கிறானோ அந்த அளவுக்கு அவனது கவிதையின் தரம் உயர்கிறது. உங்களது கவிதைகள் இத்தகைய சவால்களை எதிர்நோக்கக் கூடியதாக இருப்பதால் சிறப்படைகின்றன என்றார் இந்திரன்.

நீலம் • 53

இங்கு எழுதக்கூடியவர்கள் பலரும் நீர்மேலே மிதக்கும் தக்கையைப் பற்றியே எழுதுகிறார்கள். யாருக்கும் முள்ளில் மாட்டி உள்ளிறக்கிய புழுவின் துடிப்புப் பற்றிய அவதானிப்பில்லை. இரையெனப் பின் மாயப்போகும் மீனின் வெகுளியைப் பதிவுசெய்வதில்லை. இப்படி மேம்போக்காக நீச்சலடிக்கும் ஒரு கவிஞனாக என்னை நான் எப்போதும் அனுமதித்ததில்லை. மீன்களைப் பேசுவதற்குப் பதிலாகத் தண்ணீரையும், தண்ணீரைப் பேசுவதற்குப் பதிலாகத் தாகத்தையும், தாகத்தைப் பேசுவதற்குப் பதிலாகக் கோடையையும் பேசக்கூடிய கவிஞனை என்னுள் நான் வைத்திருக்கிறேன். இயங்குவதைக் காட்டிலும் இயக்குவது எதுவென்று அறிவது அவசியமானது என்றார்.

பாசியை விலக்கினால் மீன்களைப் பார்க்க முடியும் என்பது தெரியாமல் கரையிலேயே நின்று பாசியைப் பற்றியே பலரும் எழுதுகிறார்கள் என்பதாய் அவர் முன்வைத்த உரையாடலைப் புரிந்துகொண்டேன். கோப்பையில் மீதமிருந்த தேநீர் மிதமான வெப்பத்திலிருந்து குறைந்து கிட்டத்தட்ட சில்லிட ஆரம்பித்திருந்தது. உணவு விடுதியை விட்டு நாங்கள் வெளியே வந்தபோது சாலையில் வாகனங்களின் எண்ணிக்கை அதிகரித்திருந்தது. சென்னையின் நிறம் பகலை விடவும் இரவில் அலாதியானதாய் இருந்தது.

பால்கனி வழியாக மாடிக்கு ஏறிய கொடியின் சின்னஞ்சிறு இலைகளில் வெளிச்சம் பூத்திருந்ததைப் பார்த்தபடியே படிக்கட்டில் எறி மறுபடியும் அவர் வீட்டில், சோபாவில் அமர்ந்தோம். நூல்கள் அடுக்கப்பட்டிருந்த கண்ணாடிப் பீரோவைக் கடந்து உள்ளறைக்குச் சென்று திரும்பினார் இந்திரன். அவரது அண்மைக்கால கவிதைத் தொகுதியான ‘மிக அருகில் கடல்’ நூலைக் கையில் தந்தார். அண்மையில் அவர் பயணம் செய்த கொதுலுப் எனும் கரீபியன் தீவில் எழுதிய கவிதைகள்தான் இந்நூலாகத் தொகுக்கப்பட்டிருக்கிறது என்று சொன்னார். கிளை மாறி அமரும் பறவையைப் போல் அந்த நூலின் பக்கங்களைப் புரட்டி கவிதைகளைப் படிக்கத் தொடங்கினேன். வாசிப்பின் வழியாக கரீபியன் தீவுக்குள் போய்க்கொண்டிருந்தேன். இரவின் நெற்றியில் என் பெயரை எழுதத் தொடங்கினாள், கரீபியன் கடலில் மிதக்கும் ‘பட்டாம்பூச்சி தீவில்’ இருக்கும், நான் பார்த்திராத அந்தக் கறுப்பு அழகி. என் முன்னோர்களின் வழித்தடங்களில் உன் பாட்டனின் பாதரேகைகள் படிந்திருப்பதைப் பார் என்று அவள் கூறுவது என் காதில் விழுந்தது.

பண்டிச்சேரி, காரைக்கால் ஆகிய பகுதிகளிலிருந்து கொதுலுப் தீவின் கரும்புத் தோட்டத்திற்குக் கூலி அடிமைகளாகச் சென்ற

தன் முன்னோர்களின் மொழியைத் தான் ஒருமாத காலம் தங்கிக் கேட்டு அறிந்ததாக இந்திரன் சொன்னபோது, புராதன கோயிலின் இருட்டுக்குள் சட்டென நான் உள்நுழைந்து விட்டதுபோல் ஒரு பிரமை உண்டாயிற்று. படபடவென எங்கிருந்தோ என் புராதனத்தைத் தூண்டிச் சிலிர்க்க வைக்கும் உடுக்கை ஒலி கேட்பது போல் இருந்தது. புத்தகத்தை மூடிவைத்துவிட்டு இந்திரனைப் பார்த்தேன். உப்புக்காற்றுப் படிந்து ஈரம் பரவியதாய் இருந்தது அவர் முகம். பாடலைத் தேர்ந்தெடுக்காத தனித்தப் பறவையைப் போல் அவர் அமர்ந்திருந்தார். பால்கனி வெளிச்சத்தில் ஒரு நிழல் விழுந்து கடந்து போனதை அவரிடம் நான் காட்டவில்லை. அது அந்தக் கறுப்பு அழகியின் நிழலாகவும் இருக்கலாம்.

'இருளும் ஈரமுமாய் மழைக்காடுகள் என்னை வரவேற்க, ஏற்கெனவே நன்கறிந்த என் கடலின் மொழியை கொதுலுப் தீவில் நான் கேட்டபோது என் தாய்ச் சமூகத்தின் ஞாபகம் வந்துபோனதை என்னால் இப்படிக் கவிதையாகத்தான் ஆக்க முடிந்தது. கடலிடம் நான் யாசித்துப் பெற்ற கனவுகள் தூங்கா இரவுகளிலும் தொடர்ந்து வந்ததை இக்கவிதைகளில் இறக்கி வைத்திருக்கிறேன்'

ஒரு கடலோடியைப் போல் இந்திரன் பேசிக்கொண்டிருக்கும்போது, ஆளுயர அலை ஒன்று வந்து என்னைக் கடலுக்குள் இழுத்துப்போவது போல் உணர்ந்தேன். உப்புநீர்த் திவலைகள் அரித்துத் தின்றது போக மீந்த, தரை கட்டி நின்ற கப்பலின் நெடுங்கால தனிமையை ஒரே நேரத்தில் நாங்கள் இருவரும் அடைந்தோம். சற்று நேரம் நாங்கள் எதுவும் பேசிக்கொள்ளவில்லை. அந்த அறைக்குள் ஆப்பிரிக்கக் கறுப்பு மனிதர்களின் நிழல்கள் ஊடாடியிருப்பதாகப் பாவித்துக்கொண்டேன்.

மின்விசிறியில் அடிப்பட்ட சிட்டுக்குருவியைப் போல் டைரியில் துடித்துக்கொண்டிருக்கும் கறுப்பு அழகியின் உதிர்ந்த முடியின் நினைவாக இருந்த என்னைக் கவனம் திருப்பிய இந்திரன், நான் கொடுத்த எனது கவிதைகளின் சில பிரதிகளைப் படித்தபடி பேசத் தொடங்கினார். 'இலையின் நடனம்' எனும் எனது கவிதை அவருக்குப் பிரத்யேகமாகப் பிடித்திருந்தது. நதியில் உதிரும் இலையை, ஆப்பிரிக்கக் காடுகளில் திரியும் பழங்குடியும் தன் சாயலோடுதான் பார்க்கிறான். நதியில் இறங்கிய நாடோடியின் பாடலை நனையாமல் கரையேற்றி எடுத்துச் செல்லும் படகோட்டியை, தொன்மையான, இருள் படிந்த, இந்த உலகத்தைப் போன்ற பழமையான, ஆன்மாவைப் போன்று ஆழமான நதியை அறிந்தவனாக இருக்கும் லாங்ஸ்டன்

நீலம் • 55

ஹ்யூக்ஸிடம் அழைத்துச் செல்கின்றன உன் கவிதைகள். இங்கு உன் சாயலோடு நதியில் உதிரும் இலைகளை லாங்ஸ்டன் ஹ்யூக்ஸ் எனும் கறுப்பு அமெரிக்கக் கவிஞன் கையில் ஏந்திக்கொள்ள வாய்ப்பிருக்கிறது.

கவிதை என்பது தமிழ்ச்சூழலில் ஒரு நெரிசல் மிகுந்த பஸ். அதில் ஏறிப் பயணம் செய்ய வேண்டுமென்றால் சலிப்படையாமல் நிறைய எழுத வேண்டும் என்று கூறிய இந்திரனை, புதிய தளிருக்கு இடம் கொடுத்துப் பழைய சருகுகள் உதிர்ந்தன என்று புரிந்துகொண்ட பறவையென... உணர்ந்துகொண்டு விடைபெற்றேன். வாசல் திறந்து வெளியே வந்தபோது ஆப்பிரிக்கக் கறுப்பு அழகி எனக்காக வெளியே காத்திருந்தாள். நாங்கள் இருவரும் அன்றிரவின் நெற்றியில் இந்திரனின் பெயரை எழுதிக்கொண்டிருந்தோம்.

○

இந்தக் கட்டுரையை இந்திரன் சிலாகித்தார். என் எழுத்துகான புதிய வாசல்கள் திறக்கத் தொடங்கின. தன் மனதில் உள்ளதை, இதயம் திறந்து மொத்தமாகச் சொல்ல யாரைத் தேர்ந்தெடுக்கிறோமோ அவரே நம் நம்பிக்கைக்குப் பாத்திரமானவர். அவரால் நமக்கு எந்தக் காலத்திலும் காயங்களோ, வருத்தங்களோ, அவமானங்களோ ஏற்படாது. அப்படியான ஒருத்தனாக அவர் என்னைக் கண்டடைந்தார். நான் அவரைக் கண்டடைந்தேன். எங்கள் இருவருக்குமான வயதின் தூரங்கள் அதிகம். அந்தத் தூரங்களால் நாங்கள் கவலைப்படவில்லை. அன்புக்குத் தூரங்கள் ஒருபோதும் எல்லையை உருவாக்குவதில்லை என்பதை நாங்கள் புரிந்து வைத்திருக்கிறோம். அவருடைய சந்தோசங்கள், வெற்றிகள், முன்னேற்றங்கள் குறித்து என்னிடம் அவர் பேசுவதில்லை. எனக்கு அதெல்லாம் கிடைக்கிறதா என்பதையே ஆவலாக எதிர்பார்த்துக்கொண்டிருப்பார். அப்படியொன்று நடந்துவிட்டால் அவர் அடைகிற அந்த மகிழ்ச்சியை நான் கூட அடைந்தேனா என்று தெரியவில்லை. அப்படியொரு ஆனந்தம் அவருக்கு உண்டாகும். என் உயரங்களை ஒவ்வொரு நாளும் அவர் விரும்பினார் என்பதை நான் உணர்ந்தேன். என் இலக்கியம் தொய்வில்லாமல் சீராக நடந்துகொண்டிருப்பதற்கு அந்த உணர்வுகள் உதவிக்கொண்டிருக்கின்றன.

இந்திரன், தான் கண்டடையும் எந்தவொரு புதிய குரல்களையும் ஓங்கி ஒலிக்க வைக்கப் பிரயத்தனப்படக் கூடியவர் என்பது தமிழ்ச் சூழலை உற்றறியும் எல்லோருக்கும் தெரிந்திருக்கும். அந்தப் பண்பின் ஈரத்தை வாழ்நாள் முழுக்கத் தன் இதயத்தில் பாதுகாப்பார்

என்பதை உலகுக்கு நான் சொல்லித் தெரிய வேண்டியதில்லை. அவருடன் நட்பு பாராட்டும் அனைவருக்கும் இது தெரியும்.

என்னளவில், நான் அதிகம் நேசிக்கும் மகத்தான மனிதர் இந்திரன். கலை இலக்கியத்தில் அவர் தொட்ட உயரங்கள் அதிகம். அந்த உயரங்களைத் தொடர்ந்து தக்கவைத்துக்கொள்ளும் திறனை அவரிடம் கற்றுக்கொள்ள விரும்புகிறேன். அவரும் அதைத்தான் எனக்குப் பயிற்றுவித்துக்கொண்டிருக்கிறார்.

தான் சுட்டுத் தின்றுகொண்டிருக்கும் மீனைத் தராமல், தான் மீன் பிடிக்கும் ஆறுகளை எனக்குக் காட்டியவர் இந்திரன். சுயம் ரொம்ப முக்கியம் என்பது அவர் எனக்கு அடிக்கடி கூறும் வாக்கியம். தன் அடையாளத்தை ஒருவன் தானே உருவாக்க வேண்டும். பிறரால் கிடைக்கக்கூடிய வெளிச்சம் தற்காலிகமானது, தானே ஓர் ஒளிவட்டத்தை உருவாக்குவதே சிறந்த கலைஞனின் வேலை. புதிய புதிய பரிசோதனை முயற்சிகளையும் பாடுபொருள்களையும் கூறுமுறைகளையும் உருவாக்குவதே இந்த நவீன உலகத்தில் ஒரு கலைஞன் செய்ய வேண்டிய கலைச் செயல்பாடு. அதைச் செய்ய எந்த வழிமுறைகளையும் அவர் கூறுவதில்லை. நீயே கண்டுபிடித்துக்கொள் என்று விட்டுவிடுவார். ஒரு மகத்தான ஆசிரியராக அவரை நான் மனதில் வரித்துக்கொண்ட தருணங்கள் இப்படியாக அதிகம்.

○

வரப்போகின்ற ஜூன் 11, தமிழின் முக்கிய கலை இலக்கிய விமர்சகர் இந்திரனின் 75 ஆவது பிறந்தநாள். ஒரு சாலையைக் கடப்பதைப் போல் தன் 74 ஆவது வயதைக் கடந்து செல்லும் அவரை வரவேற்க 75 ஆவது வயது புத்தகங்களோடு காத்திருக்கிறது. வாசிப்பும் திறனாய்வும் மிகச் சிறந்த அறிவார்ந்த செயல். அச்செயலைத் தொடர்ந்து செய்ய காலம் அவரிடம் இன்னும் 100 வயதைத் தர வேண்டும்.

கல்வியாளர்கள், படைப்பாளர்கள், ஆசிரியர்கள், மாணவர்கள், சமூக நோக்குள்ளவர்கள், கலாரசிகர்கள் என யாவரும் வாசித்துப் பேசும் பழக்கத்தைக் குறைத்துக்கொண்டுவிட்ட இக்காலத்தில் நிலம் கடந்து, மொழி கடந்து, நாடு கடந்துபோய் பேசும் தமிழின் ஒரே கலை விமர்சகரை வாழ்த்துவோம்.

விமர்சனப் போக்கு முற்றிலும் குறைந்து போகும் அபாயத்தை அவர்தான் காப்பாற்றி வைத்திருப்பதாக எண்ணுகிறேன். காலம் அவருக்கு வழங்கும் ஒவ்வொரு வயதும் தமிழ் கலை இலக்கிய

உலகுக்குச் சிறந்த பரிசு. காலத்தைப் போல் சக மனிதர்களாகிய நாமும் அவருக்குப் அன்பெனும் பரிசு வழங்குவோம்.

அவர் என் ஞானத் தந்தை. அவருடன் பயணித்த சூழலை, நாட்களை, வாய்ப்புகளை அவருடைய பிறந்தநாள் பரிசாக எழுதியளிக்கிறேன்.

வாழிய கடலே!
வாழிய செங்கடல் முத்தே!

விமர்சனக் குறிப்புகள்

நகுலன்

புள்ளி

காகிதத்தில்
நான்வைத்த ஒற்றைப் புள்ளி
இயக்க அலைகளை
எல்லாத் திசையிலும் எழுப்பும்.

நட்சத்திரப் புள்ளிகளின்
தொகுப்பில் வழிகிறது பால்வீதி.

கோடு
புள்ளிகளின் தொகுப்பின்றி
வேறென்ன?
புள்ளியில் தொடங்கும் பயணம்
கடல் தேடி புறப்பட்ட நதியாகிறது.

வெள்ளைக் காகிதத்தின்
வெறுமைக்குள் புதைந்திருக்கும்
சித்திரத்தைத் தேடி
ஓடுகிறது கோடு.

தேடி அலுத்த பின்னால்
தெரிகிறது
சித்திரம் காகிதத்தில் இல்லை.

கண்ணுக்குள் இருக்கிறதோ?
இல்லை அங்கேயும்.

சமீபத்தில் பிரசுரமான 'விருட்சம் கவிதைகளைப்' புரட்டியபொழுது இந்திரனின் 'புள்ளி' என்ற கவிதை தென்பட்டது (பக்கம் 109). முதலில் படித்ததுமே இந்தக் கவிதை என் மனதில் ஒரு விளைவை ஏற்படுத்தியது. இதை அழகிய சிங்கர் வார்த்தைகளில் கூறுவதென்றால் கவிதையில் 'ஏதோ ஒன்று' என்பதுதான் என்ன என்பதை நான் எனக்கே தெளிவுபடுத்துவதற்கு எடுத்துக்கொண்ட முயற்சியே இந்தக் கட்டுரை எழுதுவதற்கு அடிப்படைக் காரணம்.

முதல் வாசிப்பிலேயே கவிதையில் பேசப்படும் பொருள் எவ்வாறு மனம் ஒரு படைப்புத் தொழில் இயங்குகிறது என்பதை விவரிக்கிறது. ஒற்றைப் புள்ளியில் தொடங்கி மனம் இயங்க ஒரு குறிப்பிட்ட கணத்தில் ஓவியம் என்றால் ஓவியம், கவிதை என்றால் கவிதை என உருவாகிறது என்பது, ஓவியத்திற்குச் சொல்வது (புள்ளி, கோடு, இப்படியாக இப்படியாக) கவிதைக்கும் பொருந்தும்.

அவரவர் வழி அவரவர்க்கு. யாருமே அவரவர் அப்படி நினைத்தாலும் சுத்த சுயம்புவாக இயங்குவதில்லை. நான் படித்த புத்தகங்கள், நான் பழகிய மனிதர்கள் வழி வழி வந்த உணர்வுகள். இவைகளே என் இலக்கிய இரசனைகளை நிர்ணயிக்கின்றனர். கவிதையை வைத்துக்கொண்டு பேசுவது என்றால் படைப்புத் தொழில் இவ்வாறு விவரிக்கப்படுகிறது.

ஒற்றைப் புள்ளி இயக்க அலைகளை எல்லாத் திசையிலும் எழுப்பும்; கோடு புள்ளிகளின் தொகுப்பின்றி வேறென்ன? மேலும் சித்திரம் காகிதத்திலும் இல்லை; கண்ணுக்குள் இருக்கிறதோ? கண்டவனின் மனசுக்குள், இங்கு இந்தப் பரிசீலனையை நிறுத்திக் கொள்கிறேன். மேலும் அபோது மனம் (கிணற்றுக்குள் வீழ்ந்துவிட்ட பூனை) ஓயாது ஒலி எழுப்பிக் காத்திருக்கும் ஒற்றைப் புள்ளியில் ஒளிந்திருக்கும் ஓராயிரம் சித்திரங்கள். இந்தக் கடைசிப் பகுதியில் நிசப்தத்தில் ஆழ்ந்து கிடக்கும் ஒரு குறிப்பிட்ட சமயத்தில் ஓராயிரம் சித்திரங்களாக (இங்கு ஓவியம், கவிதை இரண்டும் அடங்கும்) வெளிவரும்.

படைப்பானாலும் சரி விமர்சனமானாலும் சரி ஒற்றைப் புள்ளி இயக்க அலைகளை எழுப்புகின்ற விமர்சனத்தைப் பற்றி வரை மரபு வழியில் இந்தப் புள்ளி பிரணவத்தில் அடக்கம் என்கிறார்கள். இது இப்படியில்லை என்பது நவீன அணுகல் முறை. இந்தப் புள்ளி என்பது எதைக் குறிக்கிறது?

மேலே கூறியபடி இது பிரணவத்தைக் குறிக்கிறது. இல்லை; இதை இந்தத் தத்துவத்தை ஒதுக்கிப் பார்த்தால் ஒரு படைப்பின் ஆரம்பம் அது முடிவில் முழுமையாக உருப்பெறும் வரையில் அது குறித்து ஒன்றும் சொல்ல முடியாது. அது படைப்புச் சக்தியின் தொடர்ந்து செயல்படும் சக்தியின் தீவிரத்தைப் பொறுத்தது. இது இயற்கை நியதி, இந்தச் சக்தி அவரவர் 'மனவார்ப்புக்கு' ஏற்ப விசும்பில் பால்வீதியாகக் கடல் தேடிப் புறப்படும் நதியாகாலாம், ஆனால் ஒன்று; கவிதையானாலும் சரி, ஓவியமானாலும் சரி, அது காகிதத்தில் இல்லை. பின்? கண்டவனின் காண்பவனின் மனசுக்குள் ஓயாமல் ஒற்றைப் புள்ளிக்குள்தான் அடக்கம். இங்கு சார்த்தின் கொள்கைப்படி கவிதையானாலும் சரி ஓவியமானாலும் சரி, அருவத்திலிருந்து உருவம் வரும்வரை, அது காவியமோ ஓவியமோ ஆவதில்லை. இக்கவிதையில் இன்னொரு தன்மை என்னவென்றால் சப்தம் மூலம் உருவம் உருவாவது "கண்டவனின் காண்பவனின் என்ற தொடர் அகர ஆகார இசைவினால் (இவை க, கா என்பதைக் குறிக்கிறது) காண்பவன்தான் கண்டவன் ஆவான். கண்டவன் காண்பவனின் அம்சம் என்று கூறுகையில் எழுதுபவனும் வாசிப்பவனும் ஒரு நாணயத்தின் இரு பக்கங்கள் என்றவாறு...

இந்தச் சப்த விசேஷம் "ஒற்றைப் புள்ளிக்குள் / ஒளிந்திருக்கும் ஓராயிரம் சித்திரங்கள்" என்பதிலும், "கண்டவனின் காண்பவன் மனசுக்குள்" என்பதிலும், "ஒற்றைப் புள்ளி / இயக்க அலைகளை/ எல்லாத் திசைகளிலும்" என்பதிலும், "புள்ளியில் தொடங்கும் பயணம் / கடல் தேடிப் புறப்பட்ட நதியாகிறது" என்பதிலும் நாம் காணலாம். கவிதையில் சப்தமும் அர்த்தமும் இணைய ஒரு பிரத்யேக இன்பம் காணப்படுகிறது. பாரதியின் 'குயில்' பாட்டில் சப்தம் தரும் இன்பம் குறித்து ஒரு பகுதி எழுதியிருக்கிறார். 'குயில்' பாட்டை நினைக்கும்பொழுதெல்லாம் அதில் வரும் ஒருவரி 'புல்லை நகையுறுத்தி பூவை வியப்பாக்கி' என்ற தொடர் என் நினைவில் வட்டமிடுகிறது. மேலும் இக்கவிதையில் வரும் 'இயக்க அலைகள்' என்பது படைப்பு மனதின் ஒரு அம்சமாகவே நான் கருதுகிறேன். படைப்பு அலைகளின் இயக்கக் கதியினால் படைப்புக்கு ஒரு புதிய பரிணாமம் உண்டாகிறது என்பதுமாம்.

தமிழ் அழகியல்

ஞானி

இந்திரன் தமிழாய்வில் ஒரு புதிய களத்தைத் திறந்து வைத்திருக்கிறார். தமிழ் அழகியல், தமிழரின் அழகியல் என்று ஒரு பத்து அல்லது பதினைந்து ஆண்டுகளாக அங்கங்கே சிலர் பேசியிருந்தாலும் அநேகமாக இப்பொழுது இந்திரனின் இந்நூல் மூலம் தமிழ் அழகியல் பற்றிய ஆய்வு தீவிர முனைப்பைப் பெற்றுள்ளது என்று நாம் உறுதியாகச் சொல்லலாம்.

திராவிட அழகியல் என்று கேரளாவில் பணிக்கர் முன்பே பேசியிருந்தார். தமிழர் நாகரீகம், தமிழர் கலை என புலவர்கள் தொடர்ந்து பேசியிருக்கிறார்கள். இவர்களின் கட்டுரைகளில் கலையியல் நோக்கு மையப்படவில்லை. தெ.பொ.மீ., ஒரு முயற்சியைத் தொடங்கி வைத்தார். அம்முயற்சி தீவிரப்படவில்லை. தமிழவன், தான் கண்டு விரித்துரைக்கும் அமைப்பியல் அணுகுமுறையின் வழியே தொல்காப்பியரின் திணைக் கோட்பாட்டை தமிழின் முதல் அழகியல் கோட்பாடாகக் கண்டுபிடித்தார். அதனுள் சென்று அதன் பரிமாணங்களை அவர் இன்னும் விளக்கவில்லை. சுமார் ஒரு நூற்றாண்டுக் கால அளவில் தமிழ் நாகரீகம், தமிழ் இலக்கியம் என்று நாம் அழுத்தம் கொடுத்துப் பேசுகிறோம். தமிழர்க்குத் தனி நாடு தேவை என்ற அளவில் இயக்கங்கள் எழுச்சிப் பெற்றுப் பின்

ஒய்ந்து மீண்டும் எழுச்சிப் பெறும் சூழலில் வரலாற்றிலிருந்து தமிழனை அகற்றி வைக்க முடியும் என்று முறையிலான முயற்சிகள் தீவிரப்பட்டுள்ளன.

தமிழன் தன்னைத் தற்காத்துக்கொள்ளும் நெருக்கடி சூழலில் இன்று இருக்கிறான். இன்று மீண்டும் தன் வரலாற்றைப் பெருமிதம் என்ற உணர்வு படியாமல் தோண்டி எடுத்து ஆய்வு செய்கிறான். மேற்கத்திய உலகோடு தன்னை உரசிப் பார்த்துக்கொள்வதன் மூலம் நிகழ்காலத்தில் தன்னைத் தக்க வைத்துக்கொள்ள முடியுமா என்றெல்லாம் சிந்திக்கிறான்.

தனக்குள் முடங்கியிருக்கும்போது ஆய்வுக்கு வாய்ப்புக் கிட்டுவதில்லை. தன்னிலிருந்து சற்றேனும் வெளியேறி இடையில் கொஞ்சம் தொலைவை ஏற்படுத்திக்கொண்டு பார்க்கிறபோதுதான் ஆய்வு நோக்கு வாய்க்கிறது. வரலாற்றிலிருந்து தமிழன் இன்று துரத்தப்படுகிறான் என்ற நிலவரம் கூட இந்த ஆய்வு நோக்கைத் தூண்டுவதற்கான வாய்ப்பாக இருக்க முடியும். இந்திரனிடம் இடம்பெற்றிருப்பது இத்தகைய ஆய்வு நோக்கு என நாம் புரிந்து கொள்ளலாம்.

தமிழ் அழகியலை முதன்மைப்படுத்தி, இதற்குள் ஒரு பார்வை தேடும் இத்தகைய முயற்சிக்கு ஒரு நூற்றாண்டுக் காலம் தேவைப்பட்டிருக்கும் போலவும் தெரிகிறது. இம்முறையில் இது ஒரு அவலம் என்றாலும் இப்பொழுதேனும் இந்த ஆய்வில் நம்மை ஈடுபடுத்திக்கொண்டிருப்பது வரவேற்கத்தக்கது. ஜெயந்தன், ஞாநி, அ.ராமசாமி முதலியவர்களும் தமிழ் அழகியல் தேடும் முயற்சியில் சில கேள்விகளை முன்வைத்திருக்கிறார்கள் என்பதையும் நாம் இங்கு குறிப்பிடுவது வழக்கம்.

பல்வேறு சந்தர்ப்பங்களில் எழுதிய கட்டுரைகள் பலவற்றை இந்நூலில் இந்திரன் தொகுத்திருக்கிறார். தமிழ் அழகியல் என்று பெயரிட்டிருக்கிற இந்நூல் தமிழ் இலக்கியத்திற்குள் செயல்படும் அழகியல் பற்றி இவர் பேசவில்லை. தொல்காப்பியம், சிலப்பதிகாரம், திருமந்திரம் என்று சில நூல்களிலிருந்து சில குறிப்புகள் இந்நூலில் இடம்பெறுகின்றன. இந்திரனைப் பொறுத்தவரை தமிழ் நிலத்தின் ஓவியம், சிற்பம், நாட்டார் கலைகள், நவீனக் கால ஓவியங்கள் ஆகியவற்றில் கவனம் செலுத்தி இவற்றின் வழியே தெரிகிற அழகியலைத்தான் இந்நூலில் எடுத்துச் சொல்கிறார். தமிழகத்துக் கைவினைகள் பற்றிய விரிவான ஆய்வுக்கு இடமிருப்பதை நாம் புரிந்துகொள்கிறோம். மேற்கத்திய நவீன கலை இயல் என்ற நோக்கு

நிலைதான் இந்திரனின் பார்வையாக இருக்கிறது. இந்த நோக்கு நிலையின் சாதகம் மற்றும் பாதகமான நிறைகள் மற்றும் குறைகள் கட்டுரைகளில் தெரிகின்றன.

மேற்கத்திய நவீனத்துவப் பார்வை, மதம், என்பதை மறுத்து விடுகிறது. இந்திய / தமிழ் வாழ்க்கையில் மதம் ஓர் அடிப்படையான அல்லது முக்கியமான கூறு / ஆக்கம் மதத்திற்குள்ளும் அதன் அடிப்படையிலும் கலையியல் செயல்படுவதை நாம் ஆழ்ந்து புரிந்துகொள்ள முடியும். இது பற்றி பிறகு பார்க்கலாம்.

தமிழர்களின் ஓவியங்கள், சிற்பங்கள் பற்றிய ஆய்வில் கோடு, வெளி என்ற முறையிலான சில உத்திகளைத் தொடக்கக் கட்டுரைகளில் குறிப்பிடுகிறார். ஓவியங்களில் குறியீடு இடம்பெறுவது பற்றிச் சொல்லுகிறார். குறியீடு இல்லாமல் கலைக்கு இயக்கம் இல்லை என்பதை உடனே சொல்லிவிடுகிறார். புறத்தில் தென்படும் காட்சிகளை அப்படியே கலைஞன் ஓவியத்தில் பதிவு செய்வதில்லை. புறம் கலைஞனுக்குள் சென்று, அவனுக்குள்ளிருந்து எழும் அகவடிவம்தான் கலையாகிறது. இதுதான் கலைப் பார்வை என்கிறார். கலை பற்றிய இத்தகைய கருத்துகள் மேற்கிலிருந்து நாம் பெற்றவை. குறிப்பாக, மேற்கத்திய நவீனத்துவத்தின் மூலம் இத்தகைய பார்வையைக் கடந்த சில பத்தாண்டுகளில் நாம் வரித்துக்கொண்டோம். இலக்கியம் முதலிய எல்லாக் கலைகளுக்கும் இந்தப் பார்வையைத்தான் நாம் பயன்படுத்துகிறோம்.

இந்திரனின் நோக்கம் மேற்கத்திய கலைப்பார்வையோடு உரசிப் பார்த்து, தமிழ்க் கலையின் தகுதியைத் தீர்மானிப்பது குகை ஓவியங்கள் தொடங்கி இன்றைய நவீன ஓவியங்கள் வரையிலான கலை இயல் வரலாற்றில் மேற்கத்தியர் கண்டுரைத்த கலைப் பார்வை தமிழர்க்குள்ளும் சிறப்பாகவே இருந்திருக்கிறது என்பதை மெய்ப்பிக்கிறார். தமிழ்க் கலைக்கு இது வெற்றியா. இது ஒரு அவலமல்லவா, என்றெல்லாம் நமக்குள் பெருமூச்சு விட்டுக்கொள்கிறோம்.

ஐயாயிரம் ஆண்டு வரலாறுடையவன் ஐநூறு ஆண்டுக்கால வரலாறு உடையவன் முன் தனக்கெனத் தகுதியை மெய்ப்பித்துக்கொள்ளும் முறையில் நிற்பது ஓர் அவலமின்றி வேறென்ன? ஆனால், இந்த மெய்ப்பித்தலை இந்திரன் வெற்றிகரமாகத்தான் செய்திருக்கிறார்.

தீக்கதிர் 12.05.2000

இந்திரன் கட்டுரைகள், நேர்காணல்

சென்னை: சேரிகள் எரியும் நகரம்

ழான் பால் சார்த்தருக்கு ஒரு பாரீஸ், கார்ல் சான்ட்பர்க்குக்கு ஒரு சிக்காகோ, லாங்ஸ்டன் ஹ்யூக்ஸுக்கு ஒரு ஹார்லம் என்பது மாதிரி எனக்கு ஒரு சென்னை. இந்த நகரத்தைத் தவிர்த்துவிட்டு என்னால் சிந்திக்க முடியாது.

நான் பிறந்தது புதுச்சேரியில்தான். எனது கனவுகளையும் கற்பனைகளையும் கட்டிய நகரம் புதுச்சேரிதான். புதுச்சேரியின் கடல்தான் எனது உள் கட்டுமானத்தைச் செய்திருக்கிறது. ஆனால், எனது வெளிக் கட்டுமானத்தைச் செய்திருக்கிறது சென்னை நகரம். புதுச்சேரி எனது தாய் நகரம் என்றால் சென்னை எனது தந்தை நகரம்.

சென்னை நகரத்தின் இதயப் பகுதியான ஜெமினி மேம்பாலம் அருகிலுள்ள, இன்று போயஸ் கார்டன் என்று அழைக்கப்படும் பகுதியில்தான் நான் வளர்ந்தேன். ஒரு பக்கம் அண்ணா சாலை, இன்னொரு பக்கம் கதீட்ரல் சாலை. இந்த நகரத்தின் மையப்பகுதியில்தான் எனது இளமைப் பருவம் கட்டமைக்கப்பட்டது. இன்று ஸ்டெல்லா மாரிஸ் கல்லூரி இருக்கும் இடம்தான் அன்று எங்களின் விளையாட்டு மைதானம். புளிய மரங்களின் நிழல்களில் புளியம் பழங்களைச் சுவைத்துக்கொண்டே நாங்கள் கிரிக்கெட் விளையாடியிருக்கிறோம். இன்று

செம்மொழிப் பூங்காவாக இருக்கிற அன்றைய பொட்டானிக்கல் கார்டனில் நாங்கள் பிள்ளையார் கண் குண்டுமணிகளைப் பறித்து விளையாடியிருக்கிறோம்.

எனவேதான், கவிதைகள் மூலமாக என்னைச் சுய வெளிப்பாடு செய்துகொள்ளுகிறபோதெல்லாம் அக்கவிதைகளின் அகத்தையும் புறத்தையும் இந்த நகரத்தின் மின்சார இரயிலும், சிக்னல் கம்பங்களும், போக்குவரத்து நெரிசல்களும் வெளிச்சத்தில் மூழ்கிக் கொண்டிருக்கும் அடுக்குமாடிக் கடைகளும், போஸ்டரைத் தின்னும் ஆடுகளும், இரயில் தண்டவாளங்களுக்கு மத்தியில் பூத்த சின்னஞ் சிறு மஞ்சள் பூவில் தேன் குடிக்கும் பட்டாம்பூச்சிகளும், சேரிக் குடிசைகளுக்குப் பக்கத்தில் சாக்கடையில் விழும் நிலாவும்தான் சமைந்திருக்கின்றன.

நான் சிறுவனாக இருந்தபோது சென்னைக்கு வருகைதரும் உலகத் தலைவர்கள் எல்லாம் என் வீட்டிற்குப் பக்கத்தில் இருந்த அண்ணா சாலை வழியாகத்தான் சென்னைக்குள் திறந்த காரில் கை அசைத்தபடி வருவார்கள். இன்றைக்குக் குண்டு துளைக்காத காரில் பதுங்கிக்கொண்டு செல்லும் தலைவர்களைப் பார்த்து எனக்குச் சிரிப்பு வருகிறது. மாசேதுங், சூஎன் — லாயிலிருந்து, குருஷ்சேவ், புல்கானின் வரை, எலிசபெத் ராணியிலிருந்து தலாய்லாமா, பஞ்சன் லாமா வரை உலகத் தலைவர்களையெல்லாம் சிறுவனாகப் பார்த்துக் கை அசைப்பதும் அவர்கள் பதிலுக்குக் கை அசைப்பதுமாக இருந்திருக்கிறது எனது உலகம். தெருவோர விளக்குகளின் வெளிச்சத்தில் நனையும் மனிதர்களும் கருப்புப் பண உபயத்தில் கும்பாபிஷேகம் காணும் கோயில் கோபுரங்களுமாய்ச் சென்னை நகரம் என் இதயத்தின் வால்வுகளைக் கட்டமைத்திருக்கிறது. எனது கவிதைத் தொகுதிகளான ‘முப்பட்டை நகரம்’, ‘மின்துகள் பரப்பு’, ‘சாம்பல் வார்த்தைகள்’, ‘மேசை மேல் செத்த பூனை’ ஆகிய அனைத்திலும் இந்த சென்னை நகரம் தன் கைவிரல் ரேகைகளைப் பதித்துவந்திருக்கிறது.

17ஆம் நூற்றாண்டில் பிரிட்டிஷ்காரர்களால் நிறுவப்பட்ட இந்த நகரம் 20ஆம் நூற்றாண்டில் மதராஸ் ராஜதானியின் அரசியல் தலைநகரமாக உயர்ந்தது என்றாலும், இந்நகரத்தின் பழமையான பகுதிகளான மயிலாப்பூர், திருவல்லிக்கேணி, திருவான்மியூர் போன்றவை 2,500 ஆண்டுகால பழமை வாய்ந்தவை. இருமுக்கிய துறைமுகங்களும், சர்வதேச விமான நிலையமும், 5 தேசிய நெடுஞ் சாலைகளும், இரண்டு முக்கிய இரயில் நிலையங்களும் கொண்ட

இந்நகரத்தில் இன்று 25 நாடுகளின் அயல்நாட்டுத் தூதரகங்கள் உள்ளன என்பது என்னைப் பிரமிக்க வைக்கிறது.

'தெற்காசியாவின் டெட்ராய்ட்' என்று அழைக்கப்படக்கூடிய அளவில் சென்னை மோட்டார் வாகனத் துறையில் முன்னேறி இருக்கிறது. மருத்துவத்துறை, கம்ப்யூட்டர் துறை, தகவல் தொழிற்நுட்பம் ஆகிய துறைகளில் ஏராளமானவர்களை வெளிநாடுகளுக்கு ஏற்றுமதி செய்கிறது எனது நகரம் என்பது என்னைப் பெருமைப்பட வைக்கிறது. ஆனால், இந்நகரத்தின் நடைபாதைவாசிகளும், அவ்வப்போது கொழுந்துவிட்டு எரியும் இதன் சேரிகளும், சுனாமி கடல் அலை எழுந்து நகருக்குள் புகுந்தபோது அவதிப்பட்ட ஏழை மக்களின் பிரச்சினைகளும் இன்னமும் தீர்ந்தபாடில்லை என்று நினைக்கிறபோது வெட்கமும் வேதனையும் என்னை வாட்டி வதைக்கிறது.

அண்மையில் கலிபோர்னியாவிலிருந்து கலை, வரலாறு, கட்டடக்கலை ஆகியவற்றில் தேர்ச்சி பெற்ற ஆய்வாளர் கிரிஸ்டி சென்னை வந்திருந்தார். சில நாள்கள் சென்னை, புதுச்சேரி ஆகிய நகரங்களில் ஊர்ச் சுற்றினோம். சென்னையில் மியூசிக் அகாடமியில் நடந்த கொரியன் நடன நிகழ்ச்சி ஒன்றிற்கு இருவரும் போயிருந்தோம். அமெரிக்காவில் பிறந்து வளர்ந்தவர் என்றாலும் அடிப்படையில் அவர் வியட்நாமிய இளம் பெண். நிகழ்ச்சிக்கு ஏராளமான கொரியன் மக்கள் வந்திருந்தார்கள். கிறிஸ்டிக்கு ஆச்சரியம் தாளவில்லை. "இத்தனை கொரியன்காரர்களை சென்னையில் வைத்துப் பார்ப்பேன் என்று நான் எதிர்பார்க்கவில்லை" என்று சொல்லியிருந்தார். 'இன் கோ சென்டர்' என்றழைக்கப்படும் கொரியன் பண்பாட்டு மையத்தின் இயக்குநரான ரத்தி ஜாஃபருக்கு அறிமுகப்படுத்தி வைத்தேன். அவர் சொன்னார்: "சென்னையில் மட்டும் 4000க்கும் மேற்பட்ட கொரியன் மக்கள் வசிக்கிறார்கள்." இது சென்னையில் உள்ள கார் கம்பெனிகளின் உபயம். எனது சென்னை நகரத்தின் முகம் வேகமான மாறுதலுக்கு உள்ளாகிறது என்பதைத் தெரிந்துகொள்ளும்போது வியப்பு மேலிடுகிறது.

நான் சிறு வயது முதல் எனது தாய் போலப் பழகிய எனது சென்னை நகரத்தை வெளிநாட்டவர்கள் வந்து பார்க்கிறபோது அவர்களது புதிய பார்வையில் நான் இதுவரை கண்டு அனுபவித்திராத புதிய புரிதல்களை அவர்கள் எனக்குக் கொடுக்கிறார்கள். அப்படி எனது நகமும் சதையுமான சென்னை நகரத்தைப் பற்றிய புதிய வெளிச்சங்களை எனக்கு ஏற்படுத்தினார் வாஷிங்டன்

பல்கலைக்கழகத்தின் பேராசிரியையான ரோவன் எஸ்.எல்லீஸ் (Rowan s Ellis). நகர்ப்புற புவியியல் துறையில் (Urban Geography) சென்னை நகரம் பற்றிய ஆய்வு செய்வதற்காக வந்திருக்கும் ரோவனுடன் சில இடங்களுக்குப் போனேன். சென்னை தியாகராய நகரில் உள்ள துணிக்கடைகளைக் கூட விட்டு வைக்கவில்லை. ரோவன் எனும் அமெரிக்க இளம்பெண் சென்னை நகர புவியியல் குறித்த தனது ஆய்வுக்கான தகவல்களையும் கவனிப்புகளையும் சதா தேடிக்கொண்டேயிருந்தபோது எனது பழைய சென்னையா இது என்ற வியப்பு எனக்கு ஏற்பட்டது.

நகர்ப்புற புவியியல் என்பதை ஒரு தனிப்பட்ட துறையாகப் புரிந்துகொண்டு இயங்குவதற்குப் பதிலாக, சமூகவியல், பொருளாதார, அரசியல் வரலாறு எனப் பல்வேறு துறைகளில் ஊடிழை வாசிப்பாக (inter - textual reading) மேற்கொண்டதன் விளைவாகப் பல சுவாரசியமான கவனிப்புகளைச் செய்தார். வாஷிங்டன் பல்கலைக்கழகத்தில் தெற்காசிய நாடுகளின் அரசியல் - பொருளாதாரம், கிரகமயமாதல், நகர்ப்புற புவியியல் குறித்த பாடங்களைப் போதித்துவரும் ரோவன், கடந்த ஆறு ஆண்டுகளாகத் தமிழ்நாட்டைப் பற்றிய ஆய்வுகளில் ஈடுபட்டவர். "ஒரு நகரத்தைப் புரிந்துகொள்ள வேண்டுமானால் அதற்குள் தொழிற்படும் சாதி அரசியல், மொழி அரசியல் ஆகியவற்றையும் புரிந்துகொண்டே தீர வேண்டும். அப்போதுதான் அந்த நகரத்தின் புவியியல் ரீதியான வளர்ச்சித் திட்டங்கள் பல்வேறு அரசியல், பண்பாட்டுக் காரணிகளால் எப்படித் தீர்மானிக்கப்படுகின்றன என்பதைப் புரிந்துகொள்ள முடியும்" என்று பேசும் ரோவன் 1930லிருந்து 1970 வரையிலான தமிழக திராவிடக் கட்சிகளின் வரலாற்றைப் பற்றி ஆய்வு செய்ததுடன் தற்கால அரசியல் குறித்தும் கவனித்து வருகிறவர்.

சென்னையின் பளபளப்பு அம்சங்களான இசை விழாக்கள், நாடகம், பரதநாட்டியம், ஆண்டுக்கு 150 சினிமாக்களைத் தயாரிக்கும் சினிமாத் தொழில் ஆகியவற்றையும் கடந்து இதன் தண்ணீர்ப் பஞ்சம், போக்குவரத்து நெரிசல், சூழலியல் சீர்குலைவு ஆகியவற்றின் பின்னுள்ள அரசியலை ஆய்கிறார் இவர்.

சென்னை நகரத்தைப் புரிந்துகொள்ள வேண்டுமானால் இதில் இயங்கும் சமூகக் கோட்பாடுகள், பல்வேறு மக்களோடு நேர்காணல்கள், கிராமங்களிலிருந்து இடம்பெயர்ந்துவரும் மக்கள், பொருளாதாரம், வறுமை, சாதி உறவுகள், பூமியின் மீதான

நகரத்தின் அமைப்பு, புவியியல், சேரிகளின் முன்னேற்றம் ஆகிய அனைத்தையும் கவனத்தில் எடுத்துக்கொள்ள வேண்டும்" என்று பேசும் ரோவன் எனக்கு ஒன்றைத் தெளிவாகப் புரிய வைத்தார். ஒரு நகரத்தை அதன் உள் மனிதனாக இருந்து புரிந்துகொள்கிறபோது அந்நியோன்யமான புரிதல் ஏற்படுவது போல, அதன் வெளி மனிதனாக இருந்து புரிந்துகொள்கிறபோது பல அபூர்வமான காட்சிகள் தெரியவருகின்றன என்பதுதான் அது. அந்நியர்களுக்கு ஒன்றைச் சிறப்பாகப் புரிந்துகொள்வதற்கான படைப்பு ரீதியான ஒரு தூரம் (Creative distance) கிடைக்கிறது.

எனது ரத்தமும் சதையுமாக இருக்கும் எனது சென்னையை ரோமன் போன்ற இளம் ஆய்வாளர்கள் வந்து தவளை வெட்டி அதன் பாகங்களைக் குறிப்பது போல ஆராய்கிறபோது எனக்குக் கொஞ்சம் வலிக்கக் கூட செய்கிறது. எனது பல மாய்மாலங்கள் உடைந்து விடுவதை என்னால் பொறுத்துக்கொள்ள முடிவதில்லை. ஆனாலும் என்ன? எனக்கு எனது நகரம் குறித்து இதுவரை கிடைத்திராத காட்சிகள் இதன் மூலம் கிடைக்குமென்றால் மகிழ்ச்சிதான்.

அது சரி, வேகமாக மணியடித்துக்கொண்டு வருகிறது தீயணைப்புப் படை. எந்த நேரம் எந்தச் சேரி தீப்பிடித்துக்கொண்டதோ தெரியவில்லையே? சென்னையில் சேரிகள் அடிக்கடி தீப்பிடித்து எரியும் இரகசியம்தான் எனக்கு இன்னமும் புரியாத புரிதலாக இருக்கிறது. அதிகாலை துயில் கலையும் அழகிய நிம்மதியான நகரமாக இருந்த எனது சென்னை, இப்போது ஒரு மாநகரமாக வளர்ந்துவிட்டதின் அறிகுறியாக சேரிகள் அடிக்கடி தீப்பற்றி எரிகின்றன. எனவேதான் சென்னைப் பற்றி நான் எழுதிய ஒரு கவிதைக்குச் 'சேரிகள் எரியும் நகரம்' என்று தலைப்பு வைக்கிறேன்.

('இந்திரன் காலம்' நூலில் இடம்பெற்றுள்ள கட்டுரை)

கீழ்வெண்மணி: வெந்தும் தணியவில்லை கோபம்

1968ஆம் ஆண்டு டிசம்பர் 25ஆம் தேதி இரவு கீழ்வெண்மணி எனும் தஞ்சாவூரின் கடைக் கோடி கிராமம் ஒன்றில் தாழ்த்தப்பட்டவர்களின் குடிசைகள் தீயூட்டப்பட்டு 42 அப்பாவி உயிர்களைப் பலி வாங்கியபோது எனக்கு வயது இருபது.

சென்னை நகரத்தில் மத்தியதர குடும்பம் ஒன்றில் பிறந்து, எனது பட்டப் படிப்பிற்காக கல்லூரிகளில் இடம் தேடி அலைந்துகொண்டிருந்தேன். தத்துவம் படிக்கலாம் என்று இடம் தேடினேன். வணிகவியல் படிக்கலாம் என்று சென்னை லயோலா, பச்சையப்பன் கல்லூரிகளில் இடம் தேடி விண்ணப்பித்தேன். தமிழ்ப் படிக்கலாம் என்று சென்னை மாநிலக் கல்லூரியில் தமிழ்த்துறைத் தலைவராக இருந்த சி.இலக்குவனாரைப் பார்த்து விண்ணப்பம் கொடுத்திருந்தேன். ஆனால், மனமோ வணிகவியல் பயின்று வங்கியொன்றில் நல்ல சம்பளத்துக்கு வேலைக்குப் போக வேண்டுமென்றுதான் விரும்பியது. சென்னை ஓவியக் கல்லூரியில் பயின்று ஓவியராக வாழ விரும்பிய எனது தந்தையார் பட்ட துன்பங்களை நான் படக்கூடாது என்று இளமையிலேயே தீர்மானித்திருந்தேன். வங்கியில் பணத்துக்கு வழி செய்துவிட்டு நான் விரும்பிய எழுத்தை முழுச் சுதந்திரத்துடன் எழுதி வாழ வேண்டும் எனும் செயல் திட்டம் என்னிடம் இருந்தது.

அந்த நேரத்தில்தான் கீழ்வெண்மணியின் சேரியில் 20 பெண்களும் 19 அப்பாவி குழந்தைகளும் முதியவர்களும் அரைப்படி நெல்லைக் கூலி உயர்வாகக் கேட்டதற்காக உயர் ஜாதியினரால் நெருப்பிலிட்டுப் பொசுக்கப்பட்ட படுகொலை நாடு முழுவதும் ஒரு செய்தியாகப் பரவியது.

எனது இலக்கிய ஆசான் என்கிற அளவில் என்னைத் தயார் செய்த புலவர் த.கோவேந்தன், கற்சிலை பத்திரிகையின் ஆசிரியர் மு.பரமசிவம், என் அப்பாவின் நண்பரும் ஓவியருமான அன்பு பொன்னோவியம் என்று பலரும் இதுகுறித்து சதா சர்வகாலமும் பேசிக்கொண்டிருந்தார்கள்.

சொந்த வாழ்க்கையில் பல நிஜங்களை அப்போதுதான் தரிசிக்கத் தொடங்கியிருந்த எனக்குத் தாள முடியாத சோகம் சூழ்ந்தது. ஜாலியன் வாலாபாக் படுகொலைக்கு எந்த விதத்திலும் குறையாத கொடுமை கொண்ட இந்த அக்கிரமத்தை வெறுமனே வேடிக்கை பார்த்துக்கொண்டு கையாலாகாதவனாக வாழும் கொடுமை என்னை வாட்டியது.

அப்போதுதான் *தமிழம்* எனும் தனித்தமிழ் இதழ் ஒன்றை பன்னீர்செல்வம் என்றொருவர் நடத்திக்கொண்டிருந்தார். அவர் அஞ்சல் துறையில் வேலை செய்துகொண்டிருந்ததாக ஞாபகம். த.கோவேந்தனுடன் வீட்டுக்கு வந்திருந்த அவர் தனது இதழுக்காக என்னிடம் படைப்பு ஒன்றைக் கேட்டிருந்தார். நான் அன்று இரவே அமர்ந்து 'சேரிக்குச் சென்ற சிவன்' என்ற தலைப்பில் சிறுகதை ஒன்றை எழுதிக் கொடுத்தேன். அது அந்தப் பத்திரிகையில் வெளியானது. அந்தச் சிறுகதை முழுக்க முழுக்கத் தனித்தமிழில் எழுதப்பட்டிருந்தது. அதைப் படித்துப் பார்த்துப் பலரும் பாராட்டினார்கள். அப்போது சென்னையில் என் வீட்டுக்கு வந்திருந்த ம.இலெ.தங்கப்பாவிடம் காட்டினேன். அவர் "இது ஜெயகாந்தனுடையது போல இருக்கிறது" என்று பாராட்டினார்.

பெரியபுராணத்தில் திருநாளைப் போவார் நாயனார் கதையைப் பெரியபுராணத்தின் வர்ணனைகளோடு புதிய முறையில் நான் எழுதினேன். அனைத்திற்கும் தற்கால வெளிச்சத்தில் புதிய விளக்கம் கொடுத்திருந்தேன். என் கதையில் நந்தனார் சிதம்பரம் நடராஜரைத் தரிசிப்பதற்காகத் திருப்புன்கூர் செல்கிறார். அங்கு நந்தி விலகி அவருக்கு வழி விடுகிறது. மாட்டுக்கு வேலை செய்யும் தனக்கு ஒரு மாடு வழி கொடுக்கிறதே என்று மகிழ்ந்து போகிறார் நந்தனார். பிறகு சிதம்பரம் நடராசரைத் தரிசிக்கச் செல்லும் நந்தன் பாதி

வழியில் மரத்தடியில் தூங்கிவிடுகிறார். அப்போது சிவபெருமான் வந்து அவரைச் சந்திப்பார். “நீ ஒரு புலையன், எனவே என்னை நீ சந்தித்தால் என்னைக் கோயிலைவிட்டே துரத்திவிடுவார்கள். அவர்களுக்குச் சாதிதான் முக்கியமே தவிர, சமயம் அல்ல. எனவே, நான் ஒரு திட்டம் சொல்கிறேன். தில்லைவாழ் அந்தணர்களை வைத்து உனக்காக ஒரு தீ மூட்டச் சொல்கிறேன். அந்தத் தீயில் நீ குளித்து எழுந்து முப்புரிநூலுடன் கோயிலுக்குள் வருக” என்று சிவன் சொல்லுவார். நந்தன் மறுத்துவிடுவார்.

“ஒரு புலையனாகவே கோயிலுக்குள் வருவதாக இருந்தால் வருகிறேன். இல்லையென்றால் நான் வரவில்லை” என்று நந்தன் மறுத்துவிடுவார். சிவன் போய்விடுவார். பிறகு நந்தன் நடந்து செல்லும் வழியில் சேரி ஒன்று கொழுந்துவிட்டு எரிந்துகொண்டிருக்கும். கீழ்வெண்மணியின் குறியீடாக அதை வைத்திருந்தேன். அந்த நெருப்பை அணைக்க நந்தன் ஓடுவார். அப்போது அவருக்கு முன்னால் இன்னொருவரும் நெருப்பை அணைக்க ஓடிக்கொண்டிருப்பார். அவர் வேறு யாருமில்லை. நமது சிவபெருமான்தான். நந்தனும் சிவபெருமானும் நெருப்பை அணைக்கச் சேர்ந்து ஓடுவார்கள். கதை முடிந்துவிடும்.

தனித்தமிழில் இந்தக் கதையை எழுதியபோது எனக்குத் தனித்தமிழ் மீது நம்பிக்கை இருந்த காலம். இன்றைக்கு அத்தகைய மொழித் தூய்மையில் எனக்கு நம்பிக்கை போய்விட்டது. ஆனாலும் இந்து மதத்தின் பிரிக்க முடியாத ஒரு பகுதியாகிப்போன சாதி வேற்றுமையை நந்தனுடன் சேர்ந்து சிவனே முன்வந்து அழிக்கிறார் என்ற கருத்தை என் கதையில் வைத்திருந்தேன். நான் அப்போது அமெரிக்கக் கறுப்பு இலக்கியங்களின் தீவிர வாசகன். லாங்ஸ்டன் ஹ்யூக்ஸ் *(Lanston Hughs)*, ஆர்னோ பாண்டம்ஸ் *(Arno Bontems)*, ரால்ப் எல்லீசன் *(Ralph Ellison)* அலைஸ் வாக்கர் *(Alice walkar)*, மாயா ஆஞ்சலோவா *(Maya Angelova)* என்று ஏராளமாக ஆப்ரோ - அமெரிக்க எழுத்தை சென்னை அமெரிக்கன் நூலகத்தில் தேடித் தேடிப் படித்திருந்தேன்.

தமிழகத்தில் தீண்டாமைக் கொடுமையும், அதன் அடிப்படையிலான பொருளாதார ஏற்றத்தாழ்வுகளும் தீவிரம் அடைந்துள்ள நிலையிலும் அமெரிக்கக் கறுப்பு இலக்கியம் போன்ற ஒன்று இங்கு தோன்றவில்லையே என்ற ஆதங்கத்தில் இருந்தேன். அப்போது சாதிக் கொடுமை என்பது இந்து மதத்தினரால் சிருஷ்டிக்கப்பட்டது எனும் கருத்திலும் நிறவெறியைக் காட்டிலும்

நீலம் ♦ 73

கொடுமையானது சாதிவெறி எனும் கருத்திலும் நான் தீர்மானமாக இருந்தேன். நாம் ஏன் இந்தியாவைப் பிளவுபடுத்தும் சாதியை அழிக்கக்கூடிய எழுத்தை உருவாக்கக் கூடாது என்ற எனது எண்ணத்தின் செயல்பாடுதான் 'சேரிக்குச் சென்ற சிவன்.' 1958இல் மகாராஷ்டிரா தலித் சாகித்திய சங்கம் என்ற ஒன்றின் மாநாட்டில் பாபுராவ் பாகுல், 'நான் என் சாதியை மறைத்தபோது' என்ற நூலை வெளியிட்டார். அப்போது தலித் இலக்கியம் என்ற ஒன்று உருவாயிற்று என்னும் செய்திகளை நான் அறியாத காலம். ஆனாலும் 1907இல் சென்னை ராயப்பேட்டையில் அயோத்திதாசப் பண்டிதர் ஒரு பைசா தமிழன் எனும் இதழைத் தொடங்கி நடத்தியது பற்றிய செய்திகளை என் அப்பாவின் நண்பரான ஓவியர் அன்பு பொன்னோவியம் என்னிடம் சொல்லியிருக்கிறார்.

தலித் இலக்கியம் என்ற ஒன்றைப் பற்றி யாரும் கேள்விப்பட்டிராத ஒருகாலகட்டத்தில் - 40 ஆண்டுகளுக்கு முன்னர் - என்னால் முயற்சி செய்து பார்க்கப்பட்ட கதைதான் 'சேரிக்குச் சென்ற சிவன்.'

கீழ்வெண்மணி குறித்து நீதிமன்றத்தில் வழக்கு நடந்தது. நாகப்பட்டினம் நீதிமன்றத்தில் நடந்த வழக்கில் மிராசுதாரர்களில் 10 பேருக்கும், தலித்துகள் 10 பேருக்கும் தண்டனைக்கொடுக்கப்பட்டதாகக் கேள்விப்பட்டபோது துடிதுடித்துப்போனேன்.

தலித் கூலி விவசாயிகள் 'செங்கொடிச் சங்கம்' என்பதிலிருந்து நெல் உற்பத்தியாளர்கள் சங்கத்திற்கு மாறி வந்துவிட வேண்டும் என்று கீழ்வெண்மணியில் பெரும்பாலானவர்களாக இருந்த கோபாலகிருஷ்ண நாயுடு போன்ற மிராசுதாரர்கள் கொஞ்ச நாளாகவே வற்புறுத்திவந்திருந்தார்கள். இதற்கு மறுப்புத் தெரிவித்தது என்பது மிராசுதாரர்களின் கோபத்தை அதிகரித்துவிட்டது. போதாகுறைக்கு அரைப்படி நெல்லை கூலி உயர்வாக வேறு கேட்கிறார்கள். இதற்காக ஒரு பாவமும் அறியாத பச்சைக் குழந்தைகளும், பெண்களும் தலித்தாகவும் ஏழையாகவும் பிறந்த ஒரு காரணத்துக்காகவே குடிசைக்குத் தூங்கும்போது நெருப்பு வைக்கப்பட்டுப் பொசுக்கப்பட்டனர். இதற்கான வழக்கு மறுபடியும் சென்னை உயர்நீதிமன்றத்திற்கு வந்தது. அதில் வழக்கை விசாரித்த நீதிபதி எஸ்.மகராஜன் கொடுத்த தீர்ப்பில் மிராசுதாரர்கள் உரிய தண்டனை பெறாமல் போனது, த.கோவேந்தனையும் என்னையும் என் நண்பர்களையும் அதிகமாகக் கோபம் ஊட்டியது.

உடனே, த.கோவேந்தன் அந்தத் தீர்ப்பை எதிர்த்துக் கவிதை ஒன்றை எழுதினார். நானும் நண்பர்களும் கீழ்வெண்மணியை

எதிர்த்துக் கவிதை எழுதினோம். அக்கவிதைகளில் த.கோவேந்தன் எழுதிய கவிதை ஜனசக்தி இதழில் வெளியானது.

'காகித புலியே கருணாநிதியே' என்று தொடங்கி மிகத் தீவிரமாக அரசாங்கத்தையும் நீதிமன்றத்தையும் விமர்சனம் செய்தது அக்கவிதை. அப்போதுதான் கலைஞரின் முன்னெடுப்பில் பூம்புகாரில் கோவலன் கண்ணகி குறித்த பல சிற்பங்களும் மண்டபங்களும் கட்டப்பட்டுப் பழைய பூம்புகாரை மீண்டும் உயிர்த்தெழ வைக்கும் முயற்சிகள் நடைபெற்றிருந்தன. எனவே, த.கோவேந்தன் "வரிமேல் வரிபோடும் நிலையில் கானல் ஒரு கேடா?" என்பது போன்ற வரிகளையும் எழுதினார். எப்போதும் போல நான் காலை 7 மணிக்கு அவர் வீட்டுக்குப் போனபோது அவர் அதைப் படித்துக் காண்பித்தார். நான் என் கவிதையைப் படித்துக் காண்பித்தேன்.

அவர் எழுதிய ஒவ்வொரு வரியைப் படித்துக் காண்பித்தபோதும் உடம்பு குலுங்கச் சிரித்தார். அவர் கோபப்படும்போது சிரிப்பார் என்பது எனக்குத் தெரியும்.

எந்த நீதிபதி எஸ்.மகராஜனை எதிர்த்து கோவேந்தன் எழுதினாரோ அந்த நீதிபதி எங்களுக்கு நெருக்கமான நண்பர். கோவேந்தன் மீது அதிக பாசமும் பரிவும் கொண்டவர். என் கல்லூரிக் காலத்தில் நீதிபதி எஸ்.மகராஜனிடம் என்னுடைய கவிதைகளை எல்லாம் படித்துக் காண்பித்திருக்கிறேன். ரசிகமணி டி.கே.சியின் தயாரிப்பில் உருவான நீதிபதி எஸ்.மகராஜன் தேர்ந்த படிப்பாளி. பிரஞ்சுக் கவிஞன் பால் வெலேரியிலிருந்து, தமிழ்நாட்டுக் கம்பன் வரை கரைத்துக் குடித்தவர்.

த.கோவேந்தன் தன் கவிதைகளின் மூலமாக நீதிமன்ற அவமதிப்பைச் செய்துவிட்டார் என்பதற்காக அவரைக் கைது செய்யும் நிலை வந்துவிட்டது. அப்போதுதான் நீதிபதி மகராஜன் கோவேந்தனை அவரது வீட்டிற்கு வரவழைத்து அறிவுரை கூறி கைது செய்யப்படுவதைத் தவிர்த்துவிட்டார்.

கீழ்வெண்மணி மனதில் எழுப்பிய கோபம் இன்குலாப்பின் 'மனுசங்கடா...' பாடலை கே.ஏ.குணசேகரன் குரலில் கேட்கும் போதெல்லாம் இன்னமும் கிளர்ந்து எழுகிறது.

வெந்து தணிந்தது சேரி, இன்னமும் தணியவில்லை கோபம்.

அவுரங்காபாத் : தலித் சிறுத்தைகளின் நகரம்

அவுரங்காபாத்தின் அந்தி கருக்கும் மாலை நேரங்கள் பெரும்பாலானவற்றை அவுரங்கசீப்பின் மனைவிக்காகக் கட்டிய, தாஜ்மஹால் போன்ற, வெள்ளைக்கல் மாளிகையின் முன்னாலிருந்த தோட்டத்தில்தான் நான் கழித்தேன் என்றுதான் சொல்ல வேண்டும். அந்த வெள்ளை மாளிகையின் பெயர், பீ பீ கா மக்பாரா.

1976இல் இந்தியன் வங்கியின் புதிதாகத் திறக்கப்பட்ட அவுரங்காபாத் கிளையின் அதிகாரியாக நான் சென்னையில் இருந்து மாற்றல் செய்யப்பட்டேன். அப்போதுதான் எனக்குத் திருமணம் ஆகியிருந்தது என்றபோதிலும் நான் தனியாகவே அவுரங்காபாத் சென்று வாழத் தொடங்கினேன்.

அஜந்தா எல்லோரா கலைக் கருவூலங்களைக் காண வரும் வெளிநாட்டுச் சுற்றுலாப் பயணிகள் எல்லோரும் அவுரங்காபாத்தில்தான் தங்க வேண்டும். அதே நேரத்தில் மகாராஷ்டிராவிலேயே மிகவும் பின்தங்கிய பகுதியாகவும் அது இருந்தது. இஸ்லாமியர்களின் பிரதான நகரமாகக் காட்சியளித்த அவுரங்காபாத் வறுமையின் பிடியிலும் சிக்கி இருந்தது.

புதிதாகக் கட்டப்பட்ட பல கட்டடங்கள் வெளியில் பூச்சு வேலை செய்யப்படாமல் இருந்தன. வீடுகளின்

மொட்டை மாடிகளின் மீது திராட்சைக் கொடிகள் பயிர் செய்து கொண்டிருந்தார்கள். முக்கியமான கடைவீதியின் நடுவே இருந்த சுபாரி அனுமான் கோயிலின் மணி ஓசை சதா காலமும் காதில் ஒலித்த வண்ணம் இருக்கும். ஆரஞ்சு வண்ணம் பூசப்பட்ட அனுமன் எனக்குப் புதிய அனுபவம். கோயில் வாசலில் அமர்ந்தபடி 'ராம் ராம் ராம்' என்று ஜெபித்தபடி இருக்கும் குருட்டுப் பிச்சைக்காரனின் குரல் நாற்பது ஆண்டுகளுக்குப் பிறகும் என் காதில் ஒலித்தபடி இருக்கிறது.

பீ பீ கா மக்பாராவின் தனிமை கவிந்த மாலை நேரங்களில் பெரும்பாலும் எனது பேச்சுத் துணைக்குத் தலையும் தாடியும் நரைத்துப் போய் அதற்கு மெஹந்தி பூசி சிவப்பாக்கி இருக்கும் கிழவர் ஒருவர்தான் இருப்பார். அவர் பீ பீ கா மக்பாராவைப் பார்க்க வருகிற சுற்றுலா பயணிகளுக்கு வழிகாட்டியாக வேலை பார்த்துக்கொண்டிருந்தார். எப்போதும் உல்லாசமாக இருப்பவர் போலத் தெரிந்தார். கதை சொல்வதில் 'நான் சீனியர்' என்று சொல்வார்களே அவர்களெல்லாம் அவரிடம் பிச்சை வாங்க வேண்டும். உருது வாசனை வீசும் தனது ஓட்டை ஆங்கிலத்தில் அவுரங்கசீப்பின் வரலாற்றை அவர் சொல்லும் விதம் சுவாரஸ்யமாக இருக்கும்.

அவுரங்காபாத்தின் பழைய பெயர் 'கிடுக்கி' என்று அவர் சொன்னபோது அதன் அர்த்தம் என்ன என்று கேட்டேன். கிடுக்கி என்றால் ஜன்னல் என்று அர்த்தம். என்னைப் பொருத்தமட்டிலும் வெளியுலகத்தை நோக்கி எனக்குக் கதவு திறந்துவிட்ட மாபெரும் ஜன்னல் அதுதான். இரயிலிலேறி ஆந்திராவின் எல்லையைக் கடந்த உடனேயே "தமிழன் என்று சொல்லடா, தலை நிமிர்ந்து நில்லடா" என்பதெல்லாம் உடைந்து நொறுங்கத் தொடங்கின. நான் ஒரு புதிய தோலுரிப்புக்குத் தயாரானேன்.

மஹாராஷ்டிராவின் மிகவும் பின்தங்கிய பகுதியான மரத்துவாடாவில் அவுரங்காபாத் இருந்தது. அஜந்தா, எல்லோரா ஒருமணி நேரப் பயண தூரத்தில் இருந்தன. சுற்றுப்பயணம் வருபவர்கள் அவுரங்கபாத்தில்தான் தங்குவார்கள் என்பதால் அது முக்கியமான சுற்றுலாத்தலமாக வளர்ச்சியடைந்திருந்தது. இந்தியன் வங்கியின் மேனேஜர் கிருஷ்ணன் தவிர அங்கு இருந்த இன்னொரு தமிழர் அந்த ஊரின் போலீஸ் கமிஷனர் மட்டும்தான்.

எனது அம்மாவின் அரவணைப்பிலிருந்து முதல்முறையாக நான் விலகியிருந்தேன். என் அன்பு மனைவி, வாணியைத் திருமணமான

ஆறு மாதத்திலேயே வேலை நிமித்தமாக நான் பிரிந்துவந்தது பெரும் வேதனையாக இருந்தது. முதல்முறையாக என்னை நானே நிர்வகித்துக்கொள்ளும் சுதந்திரம் பெரும் சுமையாகத் தோளில் கனத்தது.

என்னுடைய ஒரே ஆறுதல் அங்கே இருந்த நூல் நிலையம்தான். என் அலுவலக வேலை முடிந்தவுடன் என் கால்கள் நூல் நிலையத்தைத் தான் தேடிச் செல்லும். இங்குதான் டாக்டர் பி.ஆர்.அம்பேத்கரின் எழுத்துகளைப் படிக்கத் தொடங்கினேன். அவரது 'Problem of A Rupee', 'The Annihilation of Caste' போன்ற நூல்களைப் பார்த்த பிறகுதான் டாக்டர் பி.ஆர்.அம்பேத்கர் எவ்வளவு பெரிய அறிஞர் என்பது எனக்குப் புரிந்தது. ஒரு மாபெரும் அறிஞரை சாதித் தலைவராகப் புரிந்துகொண்டிருந்த சோகம் புரிந்தது.

டாக்டர் பி.ஆர்.அம்பேத்கர் எப்படிச் சாதிகளையும் கடந்து இயங்கினார் என்பதற்கு ஒரு நிகழ்ச்சியைச் சொல்வார்கள். அவர் பிரின்சிபாலாக இருந்து விலகிய பிறகு ஒரு பிராமணச் சிறுவன் அவரை அணுகி தனது வறுமையைச் சொன்னார். தான் இரண்டு ஆண்டுகளாகப் பெற்றுக்கொண்டிருந்த ஸ்காலர்ஷிப்பை நிறுத்திவிட்டதைச் சொன்னபோது டாக்டர் பி.ஆர்.அம்பேத்கர் அவருக்கு உற்சாக வார்த்தைகள் சொல்லி அவருக்கு அதற்கான பணத்தைக் கொடுத்து அனுப்பினார்.

அவுரங்காபாத் நூலகத்தில்தான் அம்பேத்கரின் வாழ்க்கை வரலாற்றைப் படித்தேன். அவர் சாவிலும் கூட மிகப் பெரிய மனிதர் என்று நிரூபித்தவர் என்று தெரிந்துகொண்டேன்.

அம்பேத்கரின் மரணம் மர்மம் நிறைந்ததாக இருந்தது. அவர் மரணம் பற்றி அவுரங்காபாத்தில் வாழ்ந்த மராத்தியர்கள் ஒவ்வொருவரும் ஒரு கதை சொன்னார்கள். ஆனாலும் அம்பேத்கரின் இறுதிக் காலத்தில் டயாபட்டீஸ் நோயினால் அவதிப்பட்டுக்கொண்டிருந்தார் என்பது உண்மைதான். அப்போது அவரது தோட்டக்காரருக்கு உடம்பு சரியில்லை என்று கேள்விப்பட்டார். உடனே ஒரு தடியை ஊன்றிக்கொண்டு தோட்டக்காரரைப் பார்க்கச் சென்றார். மரணம் பற்றி பயந்த தோட்டக்காரருக்குத் தைரியம் சொல்லிவிட்டு மருந்துகளை வாங்கிக் கொடுத்துவிட்டு வந்தார். மறுநாள் அம்பேத்கர் தூங்கிக்கொண்டிருந்தபோது படுக்கையிலேயே இறந்து போனார்.

சென்னையில் இருந்தது வரையிலும் தமிழ்நாட்டின் ஈவெரா பெரியாரை விட்டுவிட்டு வடநாட்டு அம்பேத்கரைத் தூக்கிப்

பிடிக்கிறார்கள் என்று விமர்சனம் செய்துகொண்டிருந்த நான் வடக்கு, தெற்கு என்பதை எல்லாம் மீறிய நிலையில் உள்ளவர் அம்பேத்கர் என்பதைப் புரிந்துகொண்டேன். படித்துப் படித்துக் களைத்துப் போய் நான் தங்கியிருந்த அறைக்கு வந்து ஷூவைக்கூட கழற்றாமல் படுக்கையில் சாய்ந்துவிடுவேன்.

மெதுவாக நான் அவுரங்காபாத்தில் வேர் பிடிக்கத் தொடங்கினேன். நூல் நிலையத்தில் சில மராத்தி பேராசிரியர்கள் எனக்கு நண்பர்கள் ஆனார்கள். அவர்களில் பெரும்பாலானவர்கள் மிலிண்ட் கல்லூரிப் பேராசிரியர்கள். அவர்களில் சிலர் என் வங்கியில் கணக்கு வைத்திருந்தார்கள். தனஞ்சய் சால்வே, சஞ்சய் டாங்கே என்று இரு தலித் சிறுத்தைகள் என்னோடு நெருங்கிய நண்பர்கள் ஆனார்கள். அவர்கள் மிலிண்ட் கல்லூரியைச் சேர்ந்தவர்கள்.

இங்கே மிலிண்ட் கல்லூரியைப் பற்றிச் சொல்ல வேண்டும். மிலிண்ட் கல்லூரி டாக்டர் பி.ஆர்.அம்பேத்கரின் நேரடி மேற்பார்வையில் உருவான கல்லூரி. 1949இல் அம்பேத்கர் அவுரங்காபாத்தில் தங்கி இந்தக் கல்லூரியை உருவாக்கினார்.

அம்பேத்கர் மிலிண்ட் கல்லூரியில் மரம் நட்டதைப் பற்றி ஒரு சுவாரசியமான செய்தி உண்டு. அவர் தன்னைப் பார்க்க வருபவர்கள் தன்னைப் பார்க்க வேண்டுமானால் ஒரு மரக் கன்றைக் கொண்டுவந்து நட வேண்டும் என்று விதி செய்தாராம். மிக விரைவிலேயே அங்கு நூற்றுக்கணக்கான மரங்கள் உருவாகிவிட்டனவாம்.

மிலிண்ட் கல்லூரியைப் பொருத்தமட்டிலும் அதன் பெரும்பாலான பேராசிரியர்கள் தலித்துகள், பெரும்பாலான மாணவர்கள் கிராமங்களிலிருந்து வந்தவர்கள். நான் வங்கியில் வேலை செய்ததனால் இந்தப் பேராசிரியர்களின் தொடர்பு பலப்பட்டது. எனக்கு அவர்கள் மரியாதை கொடுத்தார்கள்.

நாளடைவில் எனது இலக்கிய ஆர்வத்தை அறிந்த பின்னர் அவர்கள் பல இலக்கிய விவாதங்களுக்கு என்னை அழைக்கத் தொடங்கினார்கள். நெருங்கிப் பழகிய பிறகுதான் தெரிந்தது அவர்களில் பலர் தலித் சிறுத்தைகள் என்று.

நான் அவுரங்காபாத் செல்வதற்கு இரண்டு ஆண்டுகளுக்கு முன்னர்தான் 1974 ஜனவரியில் பம்பாயின் பிடிடி சால் எனும் பகுதியில் வாழ்ந்த தீண்டத்தகாத மக்களுக்கு எதிரான வன்முறை சம்பவத்தை எதிர்ப்பதற்காக தலித் சிறுத்தைகள் என்னும் தீவிர அமைப்புத் தோன்றியிருந்தது. இதற்காகக் கொடுக்கப்பட்ட அறிக்கையில்

செட்யூல் பிரிவினர் மட்டுமின்றி அரசியல், பொருளாதாரம், மதம் ஆகிய அனைத்தினாலும் சுரண்டப்படும் உழைக்கும் வர்க்கம் அனைத்தையும் குறிக்கும் ஒரு சொல்லாகத் தலித் என்பது முன் வைக்கப்பட்டது. அந்த வகையில் அது குடியரசுக் கட்சியிலிருந்து மாறுபட்டது.

நான் ஆப்பிரிக்க இலக்கியம் பற்றி அறிந்திருந்தது அவர்களுக்குப் பிடித்திருந்தது. நான் 1971இல் முரசொலி அடியார் நடத்திய நீட்டோலை எனும் இதழில் 'கருஞ்சிறுத்தைகள் கவிதை பாடுகின்றன' எனும் ஆப்ரோ - அமெரிக்க நீக்ரோக்களின் கவிதைப் பற்றிய கட்டுரை ஒன்றை எழுதியிருந்தேன். எனக்குப் பிடித்தமான பீபீ கா மக்பாரா முன்னால் மாலை வேளைகளில் அவர்களைச் சந்தித்து ஆப்பிரிக்க இலக்கியங்கள் பற்றிப் பேசுவோம். வெறும் தலித் நண்பர்கள் மட்டுமின்றி தேவ்காட்டே போன்ற தலித் அல்லாத நண்பர்களும் இதில் பங்கு கொண்டார்கள்.

அவர்கள் மூலமாக நான் தயா பவார் எழுதிய 'பலுதே' எனும் சுயசரிதையைப் படித்தேன். அதனால்தான் தமிழ்நாட்டில் மராத்தி தலித் இலக்கியம் பற்றி எந்த விதமான பேச்சும் எழாதிருந்த ஒரு காலகட்டத்தில் 1986இல் வெளிவந்த எனது 'காற்றுக்குத் திசை இல்லை' எனும் புத்தகத்தில் தயா பவாரின் 'பலுதே' சுயசரிதையிலிருந்து சிறு பகுதியை மொழிபெயர்த்துக் கொடுத்திருந்தேன்.

தயா பவாரின் 'நகரம்', என் மனம் கவர்ந்த கவிதை. அதில் அவர் மிக முக்கியமான கேள்விகளை எழுப்பியிருப்பார்.

புதையுண்ட நகரம்

ஒருநாள் இருபதாம் நூற்றாண்டு நகரம் ஒன்றைத் தோண்டி எடுத்தார்கள்.

கீழ்க்கண்டதைக் கண்டுபிடித்தார்கள்.
அது சுவாரசியமான ஒரு கல்வெட்டு.

"இந்தக் குழாய்
எல்லாச் சாதியினருக்கும் மதத்தினருக்கும்
திறந்து விடப்படுகிறது"

இதன் அர்த்தம் என்னவாக இருக்கும்?
சமூகம் பிரிக்கப்பட்டா இருந்தது?

சிலர் கீழே இருந்தபோது சிலர் மேலே இருந்தார்களா?
அப்படியென்றால் இந்த நகரம்
புதையுண்டு போனது சரிதான்.
அப்படியென்றால்
இதை ஏன் யந்திர யுகம் என்று அழைத்தார்கள்?
இருபதாம் நூற்றாண்டுக்
கற்காலம் போலத் தெரிகிறதே?"

அவுரங்காபாத், டாக்டர் அம்பேத்கரின் கருத்துகளால் அதிகம் பாதிக்கப்பட்டிருந்தது. 1978 மரத்வாடா கலவரம் நடந்தது. இதில் மஹர்களுக்குச் சொந்தமான ஆயிரக்கணக்கான குடிசைகள் கொளுத்தப்பட்டன. இந்தச் சமூக அவலங்களினால் தலித் இலக்கிய வாதிகள் மிகவும் கோபப்பட்டிருந்தனர். அவர்களது இலக்கியங்கள் மின் போலடிக்கத் தொடங்கின. என்னைச் சுற்றியிருந்த பல மராத்தி கவிஞர்கள் கோபம் கொண்ட கவிதைகளை எழுதினார்கள்.

எனக்கு உரிமை வேண்டும்,
நான் உன்னுடையது எதையும் கேட்கவில்லை.
உனது வானத்திலிருக்கும்
சூரியனையோ, சந்திரனையோ நான் கேட்கவில்லை

உனது நிலத்தையோ, தோட்டத்தையோ,
உயர்ந்த மாளிகையையோ நான் கேட்கவில்லை.
நான் சடங்குகளின் கடவுள்களைக் கேட்கவில்லை
உனது
தாயையோ, சகோதரியையோ, மகளையோ
நான் கேட்கவில்லை.

நான் கேட்பதெல்லாம்
மனிதன் என்ற பெயரில் எனக்கிருக்கும்
உரிமைகளைக் கொடு என்பதுதான்.

எனது ஒவ்வொரு மூச்சும்
உனது பிரதிகளில்,
உனது பாரம்பரியங்களில்,
உனது நகரங்களில், சொர்க்கங்களில்
வன்மையான அதிர்வுகளை உண்டாக்குகின்றன.
நீங்கள் எங்கள் வாழுமிடங்களை அழிக்கிறீர்கள்...

எங்கள் அன்னையரை உதைக்கிறீர்கள்.
என்னை உடைத்துப் போட்டு
என் வீட்டை எரித்துப் போடு.

ஆனால் என் நண்பனே,
கிழக்கில் ஒரு சூரியனைப் போல நடப்பட்ட
எங்கள் வார்த்தைகளை
எப்படிக் கிழித்துப் விடப் போகிறீர்கள்?

நகரத்துக்கு நகரம்,
கிராமத்துக்குக் கிராமம்
தொற்றிக்கொண்டு
தீண்டத்தகாதவர்கள் என்று முத்திரைக் குத்தப்பட்டு,
தெருக்கள் மறுக்கப்பட்டு
ஊருக்கு வெளியே நிறுத்தப்பட்டுள்ளோம்.
எனக்கு என் உரிமை வேண்டும்.
என் உரிமையைக் கொடு.

இல்லையேல்
இரயில் தண்டவாளங்களைப் பெயர்த்தெடுப்பது போல்
உங்கள் புனித நூல்களைப் பெயர்த்தெடுப்போம்.
உங்கள் சட்டமற்றச் சட்டங்களை
நகரத்துப் பேருந்தை
எரிப்பது போல் எரிப்போம்.

என் உரிமைகள் சூரியனைப்போல் எழுகின்றன.
நீங்கள்
இந்தச் சூரிய உதயத்தை மறுக்க முடியுமா?

ஷரன் குமார் லிம்பாளே எழுதிய இந்தப் போராட்ட வார்த்தைகள் மரத்வாடா முழுவதும் இன்னும் கூட எதிரொலித்துக்கொண்டுள்ளன. அதனால்தான் மரத்வாடா பல்கலைக்கழகத்தின் பெயரை டாக்டர் பி.ஆர்.அம்பேத்கர் பல்கலைக்கழகம் என்று மாற்றச் சொல்லி 1978இல் பெரும்போராட்டம் எழுந்தது. அமராவதி, காபாத், மும்பை, நாக்பூர், பூனே என்று தலித் சிறுத்தைகளின் செயல்பாடுகள் அரசியலைப் போலவே இலக்கியத்திலும் அதிகரித்தன.

நான் என் குடும்பத்தைவிட்டுப் பிரிந்திருக்க சிறிதும் விரும்பவில்லை. இதற்காக என் வேலையை ராஜினாமா செய்துவிடலாமா என்று கூட தீவிரமாக யோசித்தேன்.

உறவுகளைப் பிரிந்த வேதனை அதிகம் வாட்டத் தொடங்கியது. சனி, ஞாயிறுகளின் தனிமையைப் போக்க எனக்குக் கிடைத்த ஒரே வழி அஜந்தா, எல்லோராவுக்குப் போவதுதான். வாரம் வாரம் போவதற்கு அங்கே என்ன இருக்கிறது என்று கேட்பார்கள் என் வங்கி நண்பர்கள்.

ஒருபக்கம் அஜந்தாவுக்கான என் வாரப்பயணம் தொடர்ந்தபோது இன்னொரு பக்கம் அவை குறித்த எனது வாசிப்பு மேலும் மேலும் தீவிரப்பட்டது. அஜந்தா ஓவியங்களைத் தீட்டியது தனி மனிதர்கள் அல்ல. ஓவியக் கலைஞர்கள் கூட்டமாக இணைந்து அந்த உலக அதிசயங்களைப் படைத்தார்கள். அந்தத் தனிமையான குகைப் பிரதேசங்கள் அவை தீட்டப்பட்ட காலகட்டங்களில் இன்னும் எவ்வளவு தனிமையாக இருந்திருக்க வேண்டும் என்று நினைக்கிறபோது எனக்கு வியப்பு தணியவில்லை. அவுரங்காபாத்தின் வாழ்க்கை எனக்குக் கொடுத்த பரிசு ஓவியக் கலை குறித்த மிக நல்ல அறிவை எனக்கு உருவாக்கிக் கொடுத்ததுதான்.

முப்பது ஆண்டுகள் உருண்டோடிவிட்ட பிறகும் அவுரங்காபாத் என்று நினைத்தவுடன் அஜந்தாவும் எல்லோராவும் தொலைவில் கேட்கும் இனிய கீதம் போல் என் நெஞ்சில் புரளத் தொடங்கி விடுவதை இன்றைக்கும் தவிர்க்க முடிவதில்லை.

நேர்காணல்

"விளிம்புநிலைத் தமிழர்களின் வாழ்வியல் அடையாளங்களில் இருக்கிறது தமிழ் அழகியல்"

சந்திப்பு: ஸ்டாலின் ராஜாங்கம்

கவிஞர் என்பது முதன்மை அடையாளமாக இருப்பினும் ஓவியர், மொழிபெயர்ப்பாளர், கலை விமர்சகர் என்று பல்வேறு செயற்பாடுகளையும் கொண்ட தமிழ் ஆளுமை இந்திரன்.

தமிழ் மரபிலக்கியத்திடமிருந்தும் மரபிலக்கிய ஆளுமைகளிடமிருந்தும் உருவாகி தமிழ் நவீன இலக்கியம் நோக்கியும் உலக இலக்கியம் நோக்கியும் விரிந்தவர். 'அந்நியன்', 'முப்பட்டை நகரம்', 'சாம்பல் வார்த்தைகள்' உள்ளிட்ட கவிதைத் தொகுப்புகளும் 'தற்கால கலை: அகமும் புறமும்' உள்ளிட்ட கலை விமர்சன நூல்களும் இவருடையவை. தமிழ் அழகியல் என்னும் கருத்தாக்கம் இவருடைய கலை விமர்சனப் பார்வையின் கொடையாகும். கவிதை, கவிதை வாசிப்பு சார்ந்து உலகலாவியப் பயணங்கள், உரையாடல்கள், நூல் தொகுப்புகள் ஆகியவற்றை மேற்கொண்டிருக்கிறார். 2011ஆம் ஆண்டில் மொழிபெயர்ப்புக்கான சாகித்ய அகாதமி விருதினைப் பெற்றிருக்கிறார்.

ஆப்பிரிக்க/ஆப்ரோ அமெரிக்கர்களின் கவிதைகளை மொழிபெயர்த்து 1982ஆம் ஆண்டு 'அறைக்குள் வந்த ஆப்பிரிக்க வானம்' என்ற பெயரில் வெளியிட்டார். அதுவரை தமிழுக்கு வந்த மொழிபெயர்ப்புகளிலிருந்து

மாறுபட்டு இத்தொகுப்பு உண்டாக்கிய தாக்கம் கணிசமானது. இதேபோல தலித் இலக்கியம் பற்றிய மொழிபெயர்ப்பாக வந்த 'பிணத்தை எரித்தே வெளிச்சம்' (1995) நூலும், 'காற்றுக்கு திசை இல்லை', 'கடவுளுக்கு முன் பிறந்தவர்கள்' போன்ற மொழிபெயர்ப்பு நூல்களும் முக்கியமானவை.

இந்திரனுடைய இதுவரையிலான நேர்காணல்களிலிருந்து மாறுபட்டுப் புதிய அனுபவங்களையும் கருத்துகளையும் பகிர்ந்து கொள்கிறது இந்நேர்காணல்.

இந்திரன் எனும் புனைபெயரைத் தேர்ந்தெடுத்தது எப்போது, ஏன்?

1980-ஆம் ஆண்டு ஓவியம் பற்றிய *'Tantra His Idiom'* என்ற தலைப்பிலான என் முதல் ஆங்கிலக் கட்டுரையை *The Economic Times* ஆங்கில நாளேடு வெளியிட்டது. அந்தக் கட்டுரைக்காகத்தான் இந்திரன் எனும் பெயரை நான் பயன்படுத்தினேன். முப்பது வயதுடைய நான் அப்போது மும்பையில் வாழ்ந்துகொண்டிருந்தேன். உயர்வு நவிற்சியான புனைபெயர்களை வைத்துக்கொள்வதில் எனக்கு விருப்பம் இல்லாமல் இருந்தது. எனவே இந்திரன் எனும் பெயரைத் தேர்ந்தெடுத்தேன். அதாவது இராஜேந்திரன் எனும் எனது இயற்பெயரின் சுருக்கம்தான் இந்திரன்.

எண்பதுகளில்தான் இந்திரன் எனும் பெயரில் எழுதினீர்கள் என்றால் அதற்கு முன் எந்தப் பெயரில் எழுதிவந்தீர்கள்?

இன்று யோசித்துப் பார்த்தால் சிரிப்புதான் வருகிறது. பாம்பு தனது சட்டையை உரிப்பது போல எனது புனைபெயர்களை நான் அடிக்கடி மாற்றிக்கொண்டே வந்திருக்கிறேன். காரணம் சுயவிமர்சனம்தான். 18 வயதிருக்கும்போது 'தமிழ்க்கூத்தன்' என்ற பெயரில் அகில இந்திய வானொலியில் மெல்லிசை நிகழ்ச்சிக்கான இசைப் பாடல்கள் எழுதி வந்தேன். அப்போது பாரதி, பாரதிதாசனார், சுத்தானந்த பாரதியார், மதுரகவி முருகேச பாகவதர் ஆகியோரின் கீர்த்தனைகளால் நான் கவரப்பட்டிருந்தேன். எழுதி என் வாழ்க்கையில் நான் பெற்ற முதல் சன்மானம் அகில இந்திய வானொலியிடமிருந்து பதினைந்து ரூபாய்தான். அதன் பிறகு 20 வயதிருக்கும் போது என்னைவிட 18 வயது மூத்தவரான என் அத்தை மகன் ஜெகதீஷ்வரின் பாதிப்பினால் தத்துவம் பற்றிய வாசிப்புத் தொடங்கியது. தியாசொஃபிகல் சொசைட்டி, திருமந்திரம், சித்தர் பாடல்கள், ஜே.கிருஷ்ணமூர்த்தி, சின்மயானந்தா, உபநிடதங்கள் என்று ஜெகதீஸ்வர் மாமாவைப் பின்

பற்றித் தத்துவத் தேடலில் அலைந்தேன். அப்போது 'ஞானம்பாடி' எனும் புனைபெயரைச் சூடிக்கொண்டேன். அது எனக்குப் பிடித்திருந்தது. 24 வயதில் 1972ஆம் ஆண்டு ஞானம்பாடி எனும் புனைபெயரில் 'திருவடி மலர்கள்' எனும் மரபுக் கவிதைத் தொகுதி ஒன்றை வெளியிட்டேன். இதுவே நான் எழுதி வெளியிட்ட முதல் புத்தகம்.

ஞானம்பாடி எனும் பெயரில் இருந்தபோதே 17 ஆண்டுகள் ஏராளமான மரபுக் கவிதைகளை எழுதி வந்தேன். பிறகு தனித்தமிழில் 'சேரிக்குச் சென்ற சிவன்' எனும் கதை எழுதினேன். அது 'தமிழம்' எனும் தனித்தமிழ்ச் சிற்றிதழில் வெளிவந்தது. அதேபோல் மும்பை சென்று நாஞ்சில் நாடன், ஞான.ராஜசேகரன் ஆகியோருடன் இருந்தபோது ஞானம்பாடி எனும் பெயரிலேயே நான் எழுதிய சிறுகதையொன்று திருவனந்தபுரம் தமிழ்ச் சங்க விருது பெற்றது. தனது சாதி எதுவென்றே அறியாத சிறுவன் ஒருவன், மும்பைத் தாராவியில் ஒரு சாதிக் கலவரத்தில் கொல்லப்படும் சோகத்தைப் பேசும் சிறுகதை அது. ஆ.மாதவன் திருவனந்தபுரம் தமிழ்ச் சங்கத் தலைவராக இருந்தபோது வல்லிக்கண்ணனால் தேர்ந்தெடுக்கப்பட்டு நா.பார்த்தசாரதியின் கரத்தால் அந்த விருதினைப் பெற்றேன். சுமார் 20 ஆண்டுகளாக எல்லோரும் என்னை ஞானம்பாடி என்றுதான் அழைத்து வந்தார்கள்.

1983ஆம் ஆண்டு சிவகங்கைக்கு மாற்றலான பிறகு கவிஞர் மீராவினால் தமிழில் மீண்டும் தீவிரமாக எழுதத் தொடங்கினேன். அப்போது ஞானம்பாடி எனும் எனது புனைபெயர் மீதே எனக்கு விமர்சனம் எழுந்தது. 'நாம் என்ன பெரிதாக ஞானத்தைப் பாடி விட்டோம்?' என்று தோன்றியது. எனவே ஞானம்பாடி எனும் பெயரை மாற்றினேன். இந்திரன் எனும் ஒரே பெயரிலேயே ஆங்கிலத்திலும் தமிழிலும் எழுதத் தொடங்கினேன். இந்திரன் எனும் பெயரில் 'அறைக்குள் வந்த ஆப்பிரிக்க வானம்' எனும் தலைப்பில் நான் மொழிப்பெயர்த்த நூலை வெளியிட்டேன். அன்று முதல் இன்றுவரை எனது பெயர் இந்திரன்தான்.

1982 - 2020 வரையிலான உங்களின் பதினோறு கவிதைத் தொகுதிகளைத் தொகுத்து 'பிரம்மைகளின் மாளிகை' எனும் கவிதைத் தொகுப்பை அண்மையில் வெளியிட்டிருக்கிறீர்கள். உங்களது 50 ஆண்டுக்கால கவிதைப் பயணம் பற்றிச் சொல்லுங்கள்?

1982இல் கவிஞர் மீரா அன்னம் வெளியீடாக நவகவிதை வரிசை என்ற தலைப்பில் கவிதைத் தொகுதிகளை வெளியிடத்

தொடங்கினார். அதில் கல்யாண்ஜி, விக்ரமாதித்யன், கோ. ராஜாராம், வண்ணநிலவன் போன்றவர்களின் முதல் கவிதைத் தொகுதிகளுடன் எனது 'அந்நியன்' எனும் நவீன கவிதைத் தொகுதியையும் வெளியிட்டார். 17 ஆண்டுகளாக மரபுக் கவிதைகள் எழுதிவந்த நான் எளிமையையும் மரபுடைத்த சுதந்திர வெளியையும் இக்கவிதைகளில் கையாண்டேன். இதற்கு முன்னரே ஆங்கிலத்தில் நான் எழுதிய கவிதைகளின் தொகுப்பை 1982ஆம் ஆண்டு 'Syllables of Silence' எனும் தலைப்பில் வெளியிட்டிருந்தேன். இக்கவிதைகள் கிரேக்க மொழியில் மொழிபெயர்ப்பாகி எனக்கு உலக அளவில் பெயர் வாங்கிக் கொடுத்தன.

ஒரு காலகட்டத்தில் ஜெர்மானிய எக்ஸ்பிரஷனிசக் கவிதைகளைப் படித்துவந்ததின் விளைவாக முழுக்க முழுக்க நகர அனுபவங்களை முன்வைத்து நிறையக் கவிதைகள் எழுதினேன். இவ்வாறு நான் எழுதிய கவிதைகளைத் தொகுத்து 1991ஆம் ஆண்டு 'முப்பட்டை நகரம்' என்னும் தலைப்பில் யாளி வெளியீடாக வெளியிட்டேன். இது சுஜாதா ஞானக்கூத்தன் இன்குலாப் சுகுமாரன் போன்றவர்களின் கவனத்தை ஈர்த்திருந்தது. இந்திரன் கவிதைகள் தமிழுக்கு ஒரு புதிய பரிமாண விஸ்தீரணம் என்று கணையாழியில் சுஜாதா பாராட்டி எழுதியிருந்தார். தமிழ்க் கவிதைப் பரப்பில் எனக்கான இடம் உறுதிப்பட்டது. இதன்பிறகு மூன்றாம் உலகிலிருந்து ஒரு தமிழ்க் குரலாகச் சமூக விமர்சனங்களுடன் கூடிய ஒரு நெடுங்கவிதையை 1994ஆம் ஆண்டு 'சாம்பல் வார்த்தைகள்' என்று வெளியிட்டேன். சர்ரியலிச படிமங்கள் கொண்ட ஒரு பரிசோதனை முயற்சியாக இது இருந்தது. 2003ஆம் ஆண்டு 'மின்துகள் பரப்பு' எனும் அதிநவீனக் கவிதைத் தொகுப்பு ஒன்றை வெளியிட்டேன். தமிழ் கவிதைகள் இயந்திர அழகியல் என்பதையும் காட்சி ரீதியான கவிதைகள் என்பவற்றையும் இதில் நான் எழுதியிருந்தேன். இதன் அட்டைப்படமாக கார் ஒன்றை வெளியிட்டு இயந்திர அழகியல் என்பதை முன் வைத்தேன். முதல் பக்கத்திலேயே "கலை இன்னமும் அழகுக்கு சேவை செய்யாது" என்று அறிவித்தேன். இன்றுவரை அத்தகைய ஒரு பரிசோதனை முயற்சி தமிழில் யாரும் செய்யவில்லை. அது ஏதோ ஒரு விளையாட்டு முயற்சி என்று தமிழுலகம் அதைக் கண்டு கொள்ளவில்லை.

பகடி என்பது எத்தகைய வலிமையான ஆயுதம் என்பதை இன்றுவரை தமிழ்க் கவிதையுலகம் கண்டுகொள்ளவில்லை. இதன் பிறகு பிரெஞ்சு கரீபியன் தீவான கோதுலுப் எனும் தீவுக்குப்

போனேன். அப்போது அத்தீவில் நான் எழுதிய கவிதைகளைத் தொகுத்து 2014ஆம் ஆண்டு 'மிக அருகில் கடல்' என்கிற ஒரு தொகுதியைக் கொண்டுவந்தேன். பிறகு அது பிரெஞ்சு மொழியில் மொழிபெயர்ப்பானது. காலப்போக்கில் என் கவிதைகள் மிகவும் எளிய மொழியில் பேசத் தொடங்கிவிட்டன. நான் சிலிநாட்டு எதிர் - கவிதைப் பிதாமகன் நிக்கனோர் பர்ராவின் கவிதைகளால் கவரப்பட்டேன். பிறகு தமிழின் முதல் எதிர் - கவிதைத் தொகுப்பான 'மேசைமேல் செத்த பூனை' எனும் எனது கவிதைத் தொகுதியை 2018ஆம் ஆண்டு வெளியிட்டேன். அதன் பிறகு 'பிரபஞ்சத்தின் சமையல் குறிப்பு புத்தகம்' எனும் டிஜிட்டல் யுகத்திற்கான கவிதைகளை ஒரு தொகுப்பாகக்கொண்டு வந்தேன். அந்தக் கவிதைகளின் காப்பிரைட் உரிமைகளைப் புறக்கணித்தேன். யார் வேண்டுமானாலும் அவற்றை என் முன் அனுமதியின்றி எடுத்துப் பயன்படுத்தலாம் என்று குறிப்பிட்டேன்.

திருக்குறளும் ஆத்திச்சூடி போன்றவை வெறும் வாய்மொழி வழக்காகவே உலவி வந்த நம்முடைய மண்ணில் அறிவை இலவசமாகப் பகிர்ந்துகொள்ள வேண்டும் என்று எனது கருத்தை முன்வைத்தேன். இதன் பிறகு 'உலகிலேயே சிறந்த புத்தகம்' என்கிற ஒரு நூலை வெளிக்கொண்டு வந்தேன். அதில் 'புத்தகக் கலை' என்பதைக் கடந்து 'கலைப் புத்தகம்' என்கிற ஒன்றைத் தமிழில் பரிசோதனை முயற்சியாகச் செய்தேன். அந்த மொத்தப் புத்தகத்திலும் அட்டை முன்னுரை எல்லாமே இருக்கும். ஆனால், புத்தகத்தைத் திறந்தால் எல்லாப் பக்கங்களும் வெற்றுப் பக்கங்களாக இருக்கும். "உலகிலேயே சிறந்த புத்தகம்" என்பது இதுவரையிலும் எழுதப்படாத புத்தகம்தான். அந்தப் புத்தகத்தை நீங்கள் எழுதுங்கள் என்று ஓர் அறிவிப்பை நான் கொடுத்தேன். இது பெரிய வரவேற்பைப் பெறும் என்று நான் எதிர்பார்க்கவில்லை. வெளியிட்டவுடன் 300 பிரதிகள் விற்றுத் தீர்ந்தன. இப்போது டிஸ்கவரி புக்ஸ் வேடியப்பன் எனது எல்லாக் கவிதைகளையும் தொகுத்து ஒரு நூலாகக் கொண்டு வந்திருக்கிறார். அதன் தலைப்புதான் பிரம்மைகளின் மாளிகை. என்னுடைய கவிதை காலந்தோறும் உருமாறிக்கொண்டே வருகிறது. தற்போது டிஜிட்டல் யுகத்துக்கான தமிழ்க் கவிதை ஒன்றை உருவாக்குவதில் நான் முனைந்திருக்கிறேன்.

ஓவியத்துக்கும் உங்களுக்கும் எப்படித் தொடர்பு வந்தது?

எல்லாம் புத்தரிலிருந்துதான் தொடக்கம். எனக்கு 7-8 வயது இருக்கலாம். படுக்கை அறையில் அப்பாவுடன் நான், தூக்கக்

கலக்கத்தில் கிடப்பேன். எங்களின் படுக்கை அறைச் சுவரில் அப்பா தீட்டிய ஓர் ஓவியம் மாட்டப்பட்டிருந்தது. அதையே பார்த்துக்கொண்டிருப்பேன். நீலமும் கருமையும் கலந்து புரளும் ஓவியத்தில் இருக்கும் அடர்ந்த இருட்டுக்குள்ளிருந்து தீர்க்கமான ஒரு முகம் தெரிந்தும் தெரியாமலும் இருக்கும். அம்முகத்தின் புருவ மத்தியிலிருந்து மிருதுவான ஒளி தோன்றி மெல்லப் பரவுவதாக அந்த ஓவியத்தில் காட்டப்பட்டிருந்தது. இருட்டில் ஏனோ அந்த ஓவியம் ஓர் இனம் தெரியாத பயத்தை உருவாக்கியது. “என்னப்பா இது?” என்று அப்பாவிடம் கேட்பேன். அப்பா “புத்தர் ஞானோதயம்டா” என்று சொல்லுவார். அவர் சொல்வது எனக்குப் புரிந்ததே இல்லை. ஆனால் புரிந்தது போல நான் தூங்கிப் போவேன்.

சென்னை ஓவியக் கல்லூரியில் ராய் சௌத்ரி காலத்தில் நீர்வண்ண ஓவியத்தில் மதராஸ் ராஜதானியிலேயே முதல் பரிசு பெற்றவர்தான் எனது அப்பா ஏ.பி.கஜேந்திரன். அவர் தீட்டிய புத்தர் ஓவியம் என்னுடைய ஆழ் மனதில் புதைந்தது எப்படி என்ற கேள்விக்கு இன்று வரையிலும் பதில் கிடைக்கவில்லை. அப்பா தத்ரூபமாக வரைந்த பிரமானந்தம் தாத்தா, கோகிலா அத்தை ஆகியோரின் உருவப் படங்கள் பூசை மாடத்தில் இன்றைக்கும் தொங்கிக்கொண்டிருக்கின்றன. ஆனால் புத்தரின் ஞானோதயம் ஓவியம் மட்டும் என் நினைவுப் பாதையில் இன்றைக்கும் வழி மறிக்கிறது. ஒவ்வொரு ஓவியத்தைப் பார்க்கிறபோதும் அதற்குள் மறைந்திருப்பது என்ன என்பதைத் தேடப் போய்தான் பின்னாளில் நானும் ஒரு கலை விமர்சகனாக மாறினேன். அதுவரை ஒரு ஓவியனாக ஏராளமான படங்களை வரைந்து வந்தேன். அப்பா இல்லாதபோது அவரது வண்ணங்களைத் திருடி, நிறைய ஓவியங்கள் செய்திருக்கிறேன். அப்போதெல்லாம் “நீ என்னவாகப் போகிறாய்” என்று கேட்டால் ஆர்ட்டிஸ்ட் என்றுதான் சொல்லுவேன்.

ஒரு ஆர்ட்டிஸ்ட்டாக வாழ ஆசைப்பட்ட நீங்கள் இலக்கியவாதியாக மலர்வதற்கு உங்களது குடும்பச் சூழல் எவ்வாறு வழி தந்தது?

எனக்கு அருமையான சூழல் அமைந்தது. குடும்பச் சூழலினால்தான் எழுத்தாளனாக மாறினேன். ஒரு பக்கம் பாண்டிச்சேரியைச் சேர்ந்த என் தாய் சிவசங்கரி அம்மாளின் குடும்பம் வழியாக நான் பிரெஞ்சுக் கலாசாரப் பாதிப்பை அடைந்தேன். பிரெஞ்சுக் குடியுரிமை பெற்றிருந்த அவர் குடும்பத்தினருக்கு ழொபேன் எனும் ஒரு பிரெஞ்சுக் குடும்பப் பெயர் இருந்தது. எனது தாய்வழி குடும்பத்தால் நான் என்னை உலக மனிதனாக உணர்ந்தேன். என்

அம்மா ஸ்ரீஅரவிந்தரைப் பார்த்திருந்தார். சுத்தானந்த பாரதியார் மௌன விரதம் இருந்தபடி எப்படி எழுதிக்கொண்டே இருப்பார் என்றெல்லாம் சொல்லுவார். இன்னொரு பக்கம் சென்னைக்காரரும் ஓவியருமான எனது தந்தை ஏ.பி.கஜேந்திரன் மற்றும் அவரது தங்கை மகன்களின் வழியாக நான் இலக்கியம், ஓவியம், இசை, நடனம் குறித்த பாதிப்புகளை அடைந்தேன். ஒரு தமிழனாக உலகைப் பார்த்தேன்.

உங்களுக்குள் தாக்கம் செலுத்திய பாண்டிச்சேரியில் அமைந்த பால்யகாலம் பற்றிச் சொல்லுங்கள்?

பிரெஞ்சு ஆதிக்கத்தின் கீழ் இருந்த பாண்டிச்சேரியில் 1948இல் கடலுக்கு அருகில் இருக்கும் அரசு மருத்துவமனையில் குழந்தையாகப் பிறந்தபோது என் காதில் விழுந்த முதல் ஓசை கடல் ஓசைதான் என்று என் அம்மா அடிக்கடி சொல்லுவார். இதனால்தான் பிரபஞ்சன் கதைகளில் அடிக்கடி வரும் அப்பா போல, என் கவிதைகளில் கடல் அடிக்கடி வரும். என் கவிதைகள் அனைத்துமே கடலிடம் யாசித்த கவிதைகள்தான். பாண்டிச்சேரியில் ஒயிட் டவுன் என்று அழைக்கப்படும் பகுதியில் அரவிந்தர் ஆசிரமத்துக்கும், பாரதி வாழ்ந்த வீட்டுக்கும் இரண்டு தெரு தள்ளி இருந்த பெல்கோம் வீதியில் 12ஆம் இலக்கமுள்ள வீட்டில்தான் என் தாயின் குடும்பம் வசித்தது. பாரதியாரால் பூணூல் போடப்பட்ட பாரதி சீடர் ரா.கனகலிங்கம் மற்றும் அவரது மனைவி அரசாம்பாள் ஆகியோர் எனது பாட்டி ஆதிலஷ்மி அம்மையார் வீட்டில்தான் தங்கி இருந்தார்கள். பாரதியின் சீடர் என்பதற்காக என் பாட்டி அவர்களுக்கு இலவசமாகத் தங்க இடம் கொடுத்துக் கவனித்து வந்தார்கள். பாரதி சீடர் ரா.கனகலிங்கம் அவர்களுக்கு நிதியுதவி செய்யுமாறு பாரதிதாசனார் தனது குயில் இதழில் ஒரு வேண்டுகோள் வெளியிட்டார். அதில் ரா.கனகலிங்கம் அவர்களின் முகவரியாக எங்கள் வீட்டு 12, பெல்கோம் வீதி முகவரியைத்தான் கொடுத்திருந்தார். பாரதிதாசனாரின் குயில் பத்திரிகையில் இன்றைக்கும் அது காணப்படுவதைப் பாரதி ஆய்வாளர் டாக்டர் ய.மணிகண்டன் எனக்குக் காண்பித்தார்.

எனக்கு 15 வயது ஆனபோதே நான் எழுதிய ‘கர்வம்’ எனும் ஓர் உருவகக் கதை ‘அவ்வையார்’ எனும் இலக்கிய இதழில் வெளிவந்தது. என் வீட்டிலிருந்துதான் இந்த அவ்வையார் இதழை எனது அத்தை மகன் ப.இராஜேஸ்வரன், நெல்லை அருள்மணி என்பவருடன் சேர்ந்து நடத்தி வந்தார். புதுவையில் வாழ்ந்த எனது சொந்தக்காரச் சிறுவர்கள் அனைவரும் பிரெஞ்சுப் படித்துக்கொண்டும் பிரெஞ்சில்

பேசிக்கொண்டும் இருந்த காலகட்டம் அது. சிறுவர்கள் ஒருவரை ஒருவர் "கொஷோன்" (பிரெஞ்சில் பன்றி என்று அர்த்தம்) என்று வைது தங்களைப் பிரெஞ்சுக்காரர்களாகப் பாவித்து சந்தோஷப்படுவது வழக்கமாயிருந்தது. அந்தக் காலகட்டத்து பாண்டிச்சேரியின் ஆண் பிள்ளைகள் எல்லோரின் இறுதி லட்சியம் பிரெஞ்சுப்படையில் 'சொல்தா' வாக (சிப்பாய் என்பதின் பிரெஞ்சுச் சொல்) சேர்வதாக இருந்தது. பெண்களின் இறுதி லட்சியம் ஏதேனும் ஒரு சொல்தாவைக் கல்யாணம் செய்துகொண்டு பிரான்சில் சென்று செட்டில் ஆகி 'ஷொக்லா' (சாக்லேட்) சாப்பிட்டுக்கொண்டிருப்பதாக இருந்தது.

ஆனால், எனக்கு மட்டும் இவை கவர்ச்சியாகத் தெரியவில்லை. பிரெஞ்சுக் கலாசாரத்தை நேசித்தேன். ஆனால், சொல்தா வாழ்க்கை பற்றி நிறைய விமர்சனங்கள் வைத்திருந்தேன். எங்கள் குடும்பத்துக்கு என்று இருந்த 'ிொபேன்' எனும் பிரெஞ்சு ரெனேசியம் எனும் குடும்பப் பெயரைக்கூட நான் பயன்படுத்த விரும்பவில்லை.

அப்படியானால் உங்களுக்குப் பாண்டிச்சேரி வாழ்க்கையைவிட சென்னை வாழ்க்கை கூடுதலாக எப்படிப் பாதித்ததென்று சொல்லலாமா? உங்கள் தந்தை வழி இருப்பிடம் எத்தகைய மாற்றங்களைக் கொண்டு வந்தது?

சென்னையின் இதயப்பகுதி, இன்று போயஸ் கார்டன் என்று அறியப்படும் பகுதியில்தான் எங்கள் வீடு இருந்தது. இன்றைக்கு ஸ்டெல்லா மாரிஸ் கல்லூரி இருக்கும் இடத்தில்தான் நாங்கள் கிரிக்கெட் விளையாடிக்கொண்டிருந்தோம். ஓவியராக இருந்த என் தந்தையாரின் நண்பர்கள் கலை இலக்கியம் குறித்து நிறையப் பேசுபவர்களாக இருந்தனர். சிறுவனாக இருந்து இவற்றையெல்லாம் கேட்டுதான் நான் வளர்ந்தேன். அப்போது பிரபல கவிஞராக இருந்த கவிஞர் கம்பதாசன் என் அப்பாவின் நெருங்கிய நண்பராக இருந்தார். அடிக்கடி எங்கள் வீட்டுக்கு வருவார். அவர் தன்னை சோஷலிஸ்ட் என்று சொல்லிக் கொள்வார். பணத்தை மதிக்கவே மாட்டார். மதுப்பிரியர். நான் பார்த்த கவிஞர்களிலேயே கம்பதாசன்தான் பேரழகன். பணத்தில் கொழித்த கம்பதாசன் வறுமையில் வாடியதைப் பார்த்தது, எனக்கு நிறையப் பாடங்களைக் கற்றுக் கொடுத்தது. என் அப்பாவைத்தேடி பாரதி சீடர் ரா.கனகலிங்கம் தாத்தா, பாரதி புதையல் பத்மனாபன் ஆகியோரெல்லாம் வருவார்கள். மதுரகவி முருகேச பாகவதர், அகழ்வாராய்ச்சித் துறையில் இருந்த ஓவியரான அன்பு பொன்னோவியம் போன்றவர்கள் அயோத்திதாசப் பண்டிதரின் கருத்துகளைப் பேசுபவர்களாக இருந்தார்கள். அன்பு

பொன்னோவியம் ஒல்லியாக வெறும் வெள்ளை உடை மட்டுமே அணிவார். தீவிர முருக பக்தராக இருந்த என் தந்தையாரிடம் தமிழ்ப் பௌத்தத்தைப் பற்றி நிறையப் பேசுவார். நான் 1976ஆம் ஆண்டு வங்கி அதிகாரியாக மகாராஷ்டிரா மாநிலத்து அவுரங்காபாத்துக்குச் சென்று அங்கே டாக்டர் அம்பேத்கர் உருவாக்கிய நூலகத்தில் மாதக் கணக்காகப் படித்து, பிறகுதான் பௌத்த மதத்தைப் பற்றித் தெரிந்து கொண்டேன்.

இளமையில் ஓவியனாக வேண்டும் என நினைத்த நீங்கள் எழுத்தாளனாக மாறுவதற்குக் காரணம் என்ன?

எனது வீடு ஒரு கலைக்குடும்பமாக இருந்தது. எனது அத்தை மகனான ஜெகதீஷ்வரன் பரத நாட்டியம் கற்றுக்கொண்டிருந்தார். செக்கச் செவேலெனப் பேரழகனாக இருந்த அவர் அன்றைய வங்காள நாட்டிய மேதை உதயஷங்கர் போல நடனங்கள் ஆடுவார். அவர் வயலின், சிதார் ஆகியவற்றைக் கற்றுக்கொண்டிருந்தார். அவரைத்தேடி வீட்டுக்கு வரும் சிங்கராயர் எனும் வயலின் வாத்தியார் எனக்குப் படம் வரைய கற்றுக்கொடுப்பார். அனில் மல்லிக் எனும் ஒரு வங்காளி எங்கள் வீட்டுக்கு வந்து ஜெகன்மாமாவுக்குச் சிதார் கற்றுக்கொடுப்பார். அண்மையில் மறைந்து போன பாரதி ஆய்வாளர் பெ.சு.மணி 20 வயது இளைஞராக உள்ளவரைக்கும் எங்கள் வீட்டில்தான் பெரும்பாலும் இருந்திருக்கிறார். எனது இன்னொரு அத்தை மகனான கவிஞர் ப.இராஜேஸ்வரன் முற்றிலும் வேறுபட்டவர். பெரியார் வழி நடப்பவர். தீவிர பக்திமானாக இருந்த எனது அப்பா இவரை "கருப்புச் சட்டைக்காரன்" என்றுதான் அழைப்பார். கவிஞர் ப.இராஜேஸ்வரன் மூலமாகத்தான் புத்தகப் படிப்பில் எனக்கு ஆர்வம் வந்தது. இவரைத்தேடி கவிஞர் சுரதா அடிக்கடி வீட்டுக்கு வருவார். பல கீர்த்தனைகளை எழுதிய மதுரகவி முருகேச பாகவதர் வீட்டுக்கு இராஜேஸ் மாமாவுடன் போய் வருவேன். ஒரு கட்டத்தில் யாருக்கும் தெரியாமல் 'வானவில்' எனும் கையெழுத்துப் பத்திரிகை தயாரித்தேன். முதலில் நிறையப் படிக்க வேண்டும். பிறகுதான் எழுத்து என்பது ராஜேஸ்வரன் எனக்குப் போட்ட கட்டளை. இதை நான் ரகசியமாக மீறினேன். இந்தக் கையெழுத்துப் பத்திரிகையை இன்னமும் நான் வைத்திருக்கிறேன். நான் எழுத்தாளனாக மலர்வதற்குக் கவிஞர் ப.இராஜேஸ்வரன்தான் முழுக் காரணம்.

இளமையில் தொடங்கி இன்றுவரை உலக இலக்கியங்களைத் தேடிப் படித்துவரும் தீவிர வாசகரான உங்களை இளமையில்

எந்தெந்த எழுத்தாளர்கள் பாதித்தார்கள்? வாசிப்பு குறித்து இன்றைய வாசகர்களுக்கு நீங்கள் என்ன சொல்ல விரும்புகிறீர்கள்?

படிப்பின் ரத்த ருசியை எனக்குக் காட்டிய ப.இராஜேஸ்வரன் எனக்கு வாசிப்பு குறித்து ஒன்றைக் கற்றுக்கொடுத்தார். அதைத்தான் இன்றைய வாசகர்களுக்கு ஒரு செய்தியாகவும் சொல்ல விரும்புகிறேன். ஒரு புத்தகத்தைப் படித்தோம் என்றால் அதற்கு அடுத்து அந்தப் புத்தகத்துக்கு எதிர்க்கருத்துச் சொல்லும் ஒரு புத்தகம் இருக்கிறதா என்று தேடிப் பார்த்துப் படிக்க வேண்டும்.

அப்போதுதான் ஒரே விஷயத்தின் இரண்டு பக்கங்களும் நன்கு புலப்படும் என்று அவர் சொல்லிக்கொடுத்தார்.

அறிஞர் அண்ணாவின் 'கம்பரசம்' எனும் கம்பனை விமர்சிக்கும் ஒரு புத்தகம் படிக்கக் கொடுப்பார். அதற்கு அடுத்து அதை எதிர்த்து கு.பாலசுந்தரம் எழுதிய 'கம்பரச ஆராய்ச்சி' எனும் புத்தகத்தையும் கொடுத்துப் படிக்கச் சொல்வார். இப்படித்தான் என் வாசிப்பை வளப்படுத்தினார். "படிப்பில்லாத சிந்தனை குறையுடையது. அதே நேரத்தில் சிந்தனையில்லாப் படிப்பு தள்ளாட்டத்தைத் தரும்" எனும் கன்பூசியசின் வார்த்தைகளை அடிக்கடி என்னிடம் சொல்லுவார். நான் இன்றைய வாசகனுக்குச் சொல்வதெல்லாம் இதுதான். எந்தப் புத்தகத்தைப் படித்தாலும் அத்துடன் சண்டைப் போட்டுக்கொண்டே படியுங்கள்.

கவிஞர் ப.இராஜேஸ்வரனின் அடுத்த கட்டளை என்னவென்றால் முதலில் எழுதவே கூடாது. நூல்களை முதலில் தேடித்தேடி படிக்க வேண்டும். போதுமான அளவுக்குப் படித்து விட்டோம் எனும் நிறைவு வந்த பிறகுதான் எழுத வேண்டும். இன்றைக்கு என்னை வந்து சந்திக்கும் பல இளைஞர்கள் படிக்காமலேயே எழுத்தாளர்களாக ஆகிவிட ஆசைப்படுவதைப் பார்க்கிறேன். மாணவப் பருவத்தில் என் பள்ளி நண்பர்களுடன் சேர்ந்து நடத்தி வந்த Elite Literary Club என்ற இலக்கியச் சந்திப்புகளில் கூட்டு வாசிப்புகளைச் செய்து வந்தோம். நூல் விமர்சனக் கட்டுரைகளை எழுதி வாசித்து வந்தோம். எங்கள் நிகழ்வுகளின் செய்திகளை அப்போதைய தி மெயில் எனும் ஆங்கில நாளேடு வெளியிடும். இதில் நான் தனிநாயகம் அடிகள், ரா.பி.சேதுப்பிள்ளை, திரு.வி.க, கா.அப்பாதுரையாரின் உலக இலக்கிய மொழிபெயர்ப்புகள், ம.பொ.சி, ராமகிருஷ்ண பரமஹம்ஸர் என்று பலரைப் படிப்பவனாக இருந்தேன். படித்தேன் என்பதைவிட மனப்பாடம் செய்தேன் என்பதுதான் சரி. கவிஞர் ப.ராஜேஸ்வரன் வைத்திருந்த டிரங்கு பெட்டி நிறைய இருந்த

தமிழ்ப் புத்தகங்களை எல்லாம் வெறியோடு படித்து முடித்தேன். அவற்றில் அறிஞர் அண்ணாவின் ஒரணா புத்தகங்கள் பலவற்றைப் படித்தேன். என் பள்ளி நண்பன் எஸ்.தியாகராஜனுடன் பொது நூலகத்துக்குத் தினமும் தவறாமல் சென்று ஒவ்வொரு புத்தகமாய் வாங்கி வந்து மொத்தப் புத்தகங்களையும் மனப்பாடம் செய்து விட்டுத்தான் திருப்பிக் கொடுப்பேன். எட்டாம் வகுப்பில் நான் படித்த எமர்சன் எழுதிய 'விதியும் தன்னம்பிக்கையும்' எனும் நூல் கூச்சமும், தயக்கமும் நிறைந்த என்னை மாற்றியது.

'அவ்வையார்' இலக்கியச் சிறுபத்திரிகையை இராஜேஸ்வரனும் திரைப்படப் பாடலாசிரியர் நெல்லை அருண்மணி என்பவரும் சேர்ந்து எங்கள் வீட்டிலிருந்து நடத்தி வந்தார்கள். இந்த இதழில்தான் எனது முதல் கதையான 'கர்வம்' என்பது வெளிவந்தது. பிறகு நாங்கள் கோடம்பாக்கத்துக்குக் குடிபெயர்ந்த பிறகு ப.இராஜேஸ்வரனின் நண்பராக இருந்த புலவர் த.கோவேந்தன் எனது குருவாக அமைந்தார். இவர் மூலமாக கவிஞர் புதுவை தாகூர் கல்லூரிப் பேராசிரியர் ம.லெ.தங்கப்பா எனக்குப் பழக்கமானார். தங்கப்பாவின் மூலம் ஆங்கிலத்தில் எழுதுவதில் நான் ஊக்கப்படுத்தப்பட்டேன். புலவர் த.கோவேந்தனின் மூலமாக ஜெயகாந்தன், அவ்வை நடராஜன், ஜஸ்டிஸ் மகராஜன் என்று பல இலக்கிய ஆளுமைகளை நேரில் சந்தித்துப் பழகும் சந்தர்ப்பம் கிடைத்தது. அப்போது த.கோவேந்தனால் ஊக்கப்படுத்தப்பட்ட இன்றைய வரலாற்றாசிரியர் ஆ.இரா.வேங்கடாசலபதி எனக்கு நெருங்கிய நண்பரானார். இன்றைக்கும் கடவுள் என்முன் தோன்றி எழுத்தாளன், வாசகன் ஆகிய இரண்டில் எதாவது ஒன்றை மட்டும் நீ தேர்ந்தெடுக்க வேண்டும் என்று கேட்டால் நான் வாசகனாக இருப்பதைத்தான் தேர்ந்தெடுப்பேன். அந்த அளவுக்கு நான் வாசிப்பை நேசிக்கிறேன்..

அண்மைக் காலத்தில் 'வாசக மைய விமர்சனம்' எனும் கருத்துருவாக்கத்தை முன்வைத்துப் பேசி வருகிறீர்களே. உங்கள் புரிதலில் வாசக மைய விமர்சனம் என்றால் என்ன?

"நான் இலக்கியச் சன்னிதானங்களுக்காக எழுதும் எழுத்தாளன் அல்ல. மாறாக எனக்கு முகம் காட்டாத ஓரத்து வாசகனுக்காக எழுதும் எழுத்தாளன்" என்று என்னைப் பற்றி நான் அடிக்கடி சொல்வது உண்டு. அடிப்படையில் நாம் தெரிந்துகொள்ள வேண்டியது எழுத்தாளனும் வாசகனும் ஒரே நாணயத்தின் இரண்டு பக்கங்கள். "எழுத்து என்பது முத்தம் போன்றது - அதை யாரும் தனியாகச் செய்ய முடியாது. எழுதுவதற்கு எனக்கு ஒரு வாசகன்

தேவை." என்று ஜான் ச்சீவர் சொன்னது இந்த நேரத்தில் எனக்கு நினைவுக்கு வருகிறது. படைப்பை உருவாக்கிய படைப்பாளியே அது குறித்த தர நிர்ணயங்களை உருவாக்குவதும், அதனடிப்படையில் தன் படைப்புகளைச் சிறந்தவை என்றும், பிறரின் படைப்புகள் தரம் தாழ்ந்தவை என்றும் பித்தலாட்டங்கள் செய்வது தமிழிலக்கியப் பிரதேசத்தில் சர்வசகஜமாக நடைபெற்று வருகின்றன. இதனை எதிர்த்துக் கேள்வி கேட்கும் ஒரு கோட்பாடாகத்தான் வாசக மைய விமர்சனம் என்பதை நான் முன் வைக்கிறேன்.

சர்வ வல்லமை உள்ளவனாகக் கருதப்படுகிற படைப்பாளிக்கு நிகராக வாசகனை முன்னிறுத்திப் பேசும் ஒரு கோட்பாடுதான் வாசக மைய விமர்சனம். படைப்பாளி இரண்டு கொம்பு முளைத்த ஒரு வேற்று கிரக வாசியாக தனது அதிகாரத்தைச் செலுத்திவரும் தமிழ்ச்சூழலில் ஒரு கலை இலக்கிய விமர்சகன் என்ற வகையில் எனது முக்கியச் செயல்பாடாக நான் வாசக மைய விமர்சனம் - *Reader Response Theory* என்பதை முன் வைக்கிறேன். *Water J. Slotoff* தனது *'With respect to readers'* எனும் நூலில் "வாசகனுக்கு அதன் அர்த்தத்தைத் தன்போக்கில் கிரகித்துக்கொள்ள உரிமை உண்டு" என்று சொன்னார். இதனை நான் பிரதானப்படுத்துகிறேன்.

அதே நேரத்தில் வாசிப்பு என்பது ஒரு சூனியப் பிரதேசத்தில் நடைபெறுவது அல்ல என்பதையும் கவனிக்க வேண்டும். வாசகனின் மொழியறிவு, அவனது பண்பாட்டு வளர்ப்பு, அவனது அரசியல் தெளிவு, உலக நடப்புகளைப் பற்றிய வாசகனின் விழிப்புணர்வு, உள்ளுணர்வாக இருக்கிற ரசனை உணர்வு, அவன் அந்தப் பிரதியைப் படிக்கும் நாட்டின் பண்பாட்டுச் சூழல் போன்ற பல்வேறு புறக்காரணங்களால் ஒரு வாசகனின் வாசிப்பு நடந்தேறுகிறது.

படைப்பாளி எழுதிய ஒரு பிரதியின் அர்த்த உற்பத்தியை ஏற்றுக்கொள்கிற வாசகன் எப்படிப்பட்டவன் என்பதைப் பொறுத்து அந்தப் பிரதி சிறந்ததா இல்லையா என்ற முடிவுகள் எடுக்கப்படுகின்றன.

அப்படியானால் வாசக மைய விமர்சனத்தில் மொழி என்பதின் பங்களிப்பு என்ன?

மொழி சமூகத்தால் உற்பத்தி செய்யப்பட்ட ஒரு கருவி என்பதை நாம் மறக்கக் கூடாது. இந்தக் கருவியைப் பயன்படுத்தும் படைப்பாளியும் வாசகனும் சமூகத்தின் கைரேகைகளைத் தாங்கியவர்கள்தான். தமிழில் இலக்கியச் சன்னிதானங்கள் அடிக்கடிச் சொல்லி வருவதுபோல

இருவருமே முழுச் சுதந்திரம் பெற்றவர்கள் அல்ல. அர்த்தத்துக்கு மையம் கிடையாது. படைப்பாளிக்கு என்று சிறப்பாகப் பேசப்படுகிற தன்னிலை என்பது ஓர் உருவாக்கமே. அர்த்தப் பிறப்பிடமாக அது ஆக முடியாது. எனவே நான் வாசக மைய விமர்சனத்தைப் பெரிதும் முன்வைப்பதற்கு மிக முக்கியமான காரணம் தமிழ்ச்சூழலில் இலக்கியத்தின் பெயரால் ஸ்தாபிக்கப்படும் அதிகாரங்களைக் கேள்வி கேட்பதுதான்.

எழுபதுகளில் பிரபலமாக இருந்த கவியரங்குகளில் பங்குகொண்ட அனுபவங்கள் உண்டா?

மிகக்குறைவாகவே கவியரங்குகளில் பங்கு கொண்டேன். நான் கவியரங்கங்களில் சோபிக்கிறவன் அல்ல. ஆனாலும் கவியரங்குகளில் பெயர் பெற்ற கவிஞர்கள் கண்ணதாசன், மீரா, சிற்பி, அப்துல் ரகுமான், மு.மேத்தா போன்றவர்களின் தலைமையில் சில கவியரங்குகளில் பங்கு கொண்டிருக்கிறேன். ஆனால், என்னால் மறக்க முடியாத கவியரங்கக் கவிதை வாசிப்பு என்பது 1971இல் கவிஞர் கண்ணதாசன் தலைமையில் சென்னை எல்.எல்.ஏ பில்டிங்கில் வாசித்த அனுபவம்தான். ‘ஈழம் மீண்டும் எரிகிறது’ என்பது கவியரங்கத் தலைப்பு. எனக்கு 23 வயது. படிப்பு முடித்து இந்தியன் வங்கியில் வேலை செய்துவருகிறேன். அப்போது இலங்கைப் பிரச்சினை என்ற ஒன்றே தமிழ்நாட்டில் யாருக்கும் தெரியாது. எங்கள் பச்சையப்பன் கல்லூரி முன்னாள் மாணவர் கவிஞர் காசி ஆனந்தன் இலங்கையில் கைது செய்யப்பட்டார் என்பதுதான் எங்களுக்குக் கிடைத்த செய்தி. உடனே அப்போதைய எங்கள் கல்லூரி மாணவர் தலைவர் டாக்டர் ஏ.பி.ஜனார்த்தனம் இந்தக் கவியரங்கத்தை எல்.எல்.ஏ பில்டிங் வளாகத்தில் நடத்தினார். அதில் திரைக்கவிஞர் முத்துலிங்கம், குருவிக்கரம்பை சண்முகம், ப.இராஜேஸ்வரன் ஆகியோருடன் நானும் இலங்கை அரசைக் கண்டித்துக் கவிதை வாசித்தேன். கண்ணதாசன் தலைமையுரை மூலமாகத்தான் இலங்கையில் சிங்களர்கள் தமிழர்களை ஒடுக்கிறார்கள் என்பதே எங்களுக்குப் புரிகிறது. கூட்டத்தின் நடுவில் ஓர் இலங்கைத் தமிழர் மேடை ஏறி கோபமாக ஏதோ சிங்கள மொழியில் பேசுகிறார். எங்களுக்கு ஏதுமே புரியவில்லை. அவர் தமிழில் சொல்கிறார் சிங்கள சி.ஐ.டிகள் கூட்டத்துக்கு உளவு பார்க்க வந்திருப்பதாக. கண்ணதாசனின் தலைமையுரைதான் இலங்கை நிலவரத்தை முதல் முறையாக எங்களுக்குத் தெரிவிக்கிறது. சந்தனக் கலர் சட்டையில் வந்திருந்த கவிஞரின் கம்பீரமான உரை இன்னமும் காதில் ஒலிக்கிறது.

நீங்கள் உலக நாடுகளில் கவிதை நிகழ்வுகளில் பங்கேற்கிறீர்கள். நம்முடைய கவிதை உலகத்தை உலக நாடுகளின் கவிதை உலகத்தோடு ஒப்பிடுங்களேன்?

அரசியல்வாதிகளையும் சினிமாக்காரர்களையும் கொண்டாடுவது எப்படி என்ற கலையைக் கற்றுத்தேர்ந்தவன் தமிழன். ஆண்டிப்பட்டியானாலும் அமெரிக்காவானாலும், கனடாவானாலும், கதிர்காமமானாலும், சென்னையாக இருந்தாலும். சிட்னியாக இருந்தாலும் தமிழன் இதில் யாரிடமும் பின்தங்கி விடமாட்டான். ஆனால் உன்னதமான எழுத்துகளைப் படைத்தளிக்கும் கவிஞனையோ எழுத்தாளனையோ மட்டும் கொண்டாடுவது எப்படி என்று தெரியாது. எழுத்தாளனை எப்படிக் கொண்டாட வேண்டுமென்று தெரிந்துகொள்ள வேண்டுமென்றால் அவன் அயர்லாந்து நாட்டின் தலைநகரமான டப்ளின் நகரத்துக்குப் போயாக வேண்டும்.

அயர்லாந்தில் ரெனிலா கலைவிழாவில் சர்வதேசக் கவிதை வாசித்தல் நிகழ்வில் கலந்துகொண்டேன். அங்கு முதலில் ஆச்சரியப்பட்ட விஷயம் என்னவென்றால், கவிதையை ரசிக்க வரும் பார்வையாளர்கள் குறைந்தது ஐந்து ஈரோ பணத்தைக் கொடுத்து நுழைவுச் சீட்டு வாங்கிக்கொண்டு உள்ளே வந்தார்கள். அந்த நுழைவுச்சீட்டுக்கு ஒரு கப் ஒயின் கொடுத்தார்கள். அடுத்ததாகக் கவிதை வாசிப்பு அரங்கத்தில் நுழைந்தவுடன் மொத்த அரங்கமும் இருட்டாக இருந்தது. மேடையில் மட்டுமே வெளிச்சம் போடப்பட்டிருந்தது. யார் கவிதையை வாசிக்கப் போகிறாரோ அவருக்கு மட்டுமே மேடையில் ஒரு தனி நாற்காலி போடப்பட்டு அவர் மட்டுமே அந்த வெளிச்சத்தில் போய் அமர்ந்து கவிதை வாசிக்கிறார். அந்தக் கவிதை வாசிப்பின் தலைவராக இருந்து ஒவ்வொருவரையும் அறிமுகப்படுத்தியவரும் கூட மேடைக்குப் பக்கத்தில் இருட்டில்தான் உட்கார்ந்திருக்கிறார். அங்கேயும் கற்றுக்குட்டி கவிஞர்கள் இருக்கவே செய்கிறார்கள். ஆனால், அவர்கள் தங்களது சிபாரிசின் காரணமாக மேடையில் இடம் பிடிப்பது இல்லை.

கேட்கவே மகிழ்ச்சியாக இருக்கிறது. அங்கு கவிதை நூல்களின் விற்பனை எப்படி? முழுநேரக் கவிஞர்கள் வளமுடன் வாழ்கிறார்களா?

டப்ளின் என்பது சர்வதேச இலக்கிய நகரம் என்று யுனெஸ்கோவினால் அறிவிக்கப்பட்டிருக்கிறது. ஆனால், இந்த நகரத்திலும் கவிதைநூல்கள் சூடான கேக்குகள் போல விற்பனையாவது

நீலம் ♦ 97

இல்லை. புனைவுகள்தாம் அதிகமாக விற்பனையாகின்றன. இங்கும்கூட பெரும்பாலானவர்கள் கவிதை எழுதுவதை ஒரு தொழிலாக மேற்கொள்வதில்லை. பேராசிரியராகவும் பயிர்த் தொழில் செய்யக்கூடியவராகவும் மருத்துவர், வழக்கறிஞர், கணிப்பொறியாளர் என்று துணைக்கு ஒரு தொழில் செய்து அதில் பணம் சம்பாதித்துக் கொண்டேதான் கவிதை எழுதுவதற்கான சுதந்திரத்தைப் பெற்றுக்கொள்கிறார்கள். மிகப்பிரபலமான சிலரைத் தவிர மற்றவர்களுக்குக் கவிதை எழுதுவதில் மூலமாகக் கிடைக்கும் ராயல்டி தொகையிலேயே வாழ்ந்து விட முடிவதில்லை. ஆனால் தமிழகத்தைப் போல் இருப்பதில்லை. ராயல்ட்டி தொகை ஒழுங்காகக் கொடுக்கப்படுகிறது. கவிதை குறித்து அரசாங்கத்தின் பங்களிப்பும் இருக்கிறது. நமது நாட்டில் பாரதியாரும் கூட பத்திரிகை ஒன்றில் இருந்து கொண்டுதான் கவிதைகளை எழுதுவதற்கு முயன்றிருக்கிறார். கவிதை அறிவுக்குச் சோறு போடும். வயிற்றுக்குச் சோறு போடாது. சில விதிவிலக்குகளைத் தவிர உலகின் எந்தக் கோடியிலும் இதுதான் உண்மை.

இங்கு இவ்வளவு கோயில்கள், கலைகள், சிலைகள், சிற்பங்கள் இருந்தும் அவற்றில் விளங்கிக்கொள்வதற்கான வெவ்வேறு பார்வையிலான நூல்கள் இல்லாதது ஏன்? இவற்றை எவ்வாறு நிவர்த்தி செய்யலாம்?

இதற்கு முதல் காரணம் மக்கள் கோயில் சிற்பங்களை வழிபடக் கூடிய கடவுள் வடிவங்கள் என்று மட்டுமே கருதுவதுதான். அவை கலைப் படைப்புகளாகக் கருதப்படுவது இல்லை. கலைப் பொக்கிஷங்களான கற்சிற்பங்களையும் செப்புத் திருமேனிகளையும் கையெடுத்துக் கும்பிடுகிறவர்கள்கூட சிற்பியின் கலை நேர்த்தியை ரசிக்கத் தவறி விடுகிறார்கள். அவற்றின்மீது ஆடை ஆபரணங்கள், மலர் மாலைகள், சந்தனக்காப்பு, விபூதி அபிஷேகம் போன்றவற்றை வைத்து அவற்றின் கலை அழகை ரசிக்க முடியாமல் செய்து விடுகிறார்கள். இதனைத்தான் புதுமைப்பித்தன் தன்னுடைய ‘சிற்பியின் நரகம்’ எனும் சிறுகதையில் சுட்டிக் காட்டுகிறார்.

அடுத்தாக ஒரு கணிதத்தைப் போடுவது எப்படி என்று கற்றுக் கொடுப்பது மாதிரி ஒரு கலைப் படைப்பை ரசிப்பது எப்படி என்பதையும் கற்றுக் கொடுக்கத் தவறி விடுகிறோம். கலையை ரசிப்பது எப்படி என்பது பற்றிய *Art appreciation* என்று சொல்லப்படக்கூடிய துறையில் போதுமான நூல்கள் தமிழில் எழுதப்படவில்லை. இயல், இசை, நாடகம் என்று தமிழை முத்தமிழ் என்று பிரித்த

தமிழர்கள் ஓவியத் தமிழ் என்ற ஒன்றை ஏன் உருவாக்கவில்லை? ஓவியத்தைப் பற்றி விமர்சிக்கத் தேவையான கலைச் சொற்களைக் கூட நாம் உருவாக்கவில்லை. எனது 40 ஆண்டுக்கால கலை விமர்சனப் பணியில் நான் உருவாக்கிய ஓவியம், சிற்பம் குறித்த கலைச் சொற்களுக்காக உழைத்ததும், போராடியதும் அதிகம். இந்த வகையில் எனது பங்களிப்பைப் புரிந்துகொள்வதற்குக்கூட இங்கு யாரும் இல்லை. கலை விமர்சகர்களுக்கு என்று தமிழ்நாட்டு அரசாங்கம் ஒரு விருதைக்கூட உருவாக்கவில்லை.

குழந்தைகளின் பாடப் புத்தகங்களில் சிற்பங்கள் ஓவியங்கள் ஆகியவற்றை ரசிப்பது எப்படி என்பது பற்றிய பாடங்கள் இடம் பெற வேண்டும். தமிழ்நாட்டுப் பாடநூல் நிறுவனம் வெளியிட்டுள்ள 11-ஆம் வகுப்புக்கான தமிழ்ப் பாடநூலைப் பிரித்தால் முதல் பாடமாக எனது 'கவிதையின் அரசியல்' நூலிலிருந்து எடுக்கப்பட்ட கட்டுரை பாடமாக வைக்கப்பட்டுள்ளது. 'பேச்சு மொழியும் எழுத்து மொழியும்' என்று நான் எழுதிய மொழி பற்றிய கட்டுரை இடம் பெற்றிருப்பது போல மயிலை சீனி வேங்கடசாமி போன்ற அறிஞர்கள் கலை பற்றி எழுதியவையும் இடம்பெற வேண்டும். நான் ஒருமுறை இலண்டன் போயிருந்தபோது விக்டோரியா ஆல்பர்ட் மியூசியத்தில் பள்ளிக் குழந்தைகளை அழைத்து வந்து ஓவியங்களின் முன் அமரச் செய்து ஆசிரியர் அவற்றை ரசிப்பது எப்படி என்று கற்றுக்கொடுத்துக்கொண்டிருப்பதைப் பார்த்தேன்.

மதமும் சடங்குகளும் வளர்ச்சிக்குத் தடை என்ற கருத்திற்கு இப்போது வந்தடைந்து இருக்கிறோம். எனவே, அவற்றை விலக்க வேண்டும் என்று முற்போக்காளர்கள் கருதுகின்றனர். ஆனால் கலை, பண்பாடு என்று வரும்போது அவற்றை விலக்கி விடவும் முடியாது. இந்நிலையில் நவீன விமர்சகரான நீங்கள் வலியுறுத்தும் தமிழ் அழகியல் என்பதில் மதம், சடங்குகள் ஆகியவற்றின் இடம் என்ன?

1994ஆம் ஆண்டில் 'தமிழ் அழகியல்' எனும் கருத்துவாக்கத்தை நான் முன்வைத்தேன். ஈழத்து தமிழ் அறிஞர் டாக்டர் கா.சிவத்தம்பி இந்த நூல் தனது பார்வையையே மாற்றியது என்று பாராட்டினார். இலங்கை பல்கலைக்கழகத்தில் நுண்கலைப் பாடத்திட்டத்தில் பாடபுத்தகமாக வைத்தார். தமிழ் அழகியலை முன்னெடுக்கும் அடுத்த கட்டமாக பிரான்சில் பாரீஸ் நகரத்தில் Art Tamoul என்று 20 தமிழ் ஓவியர்களின் படைப்புகள் கொண்ட ஒரு கண்காட்சியை செலக்டிவ் ஆர்ட் காலரி எனும் பிரெஞ்சு காலரியில் நடத்தினேன். இரண்டு ஆண்டுகளுக்கு முன்னர்கூட சாகித்திய அகாதமியின்

முன்னெடுப்பில் தமிழ் அழகியல் எனும் கருத்தரங்கத்தைச் சேலம் பெரியார் பல்கலைக்கழகத்தில் நடத்தினேன். இவை எல்லாவற்றிலும் நான் முன்வைக்கும் தமிழ் அழகியல் என்பது இன்றைய டிஜிட்டல் யுகத்தின் வெளிச்சத்தில் தமிழர் வாழ்வியல், மதங்கள், சடங்குகள், தமிழர் மெய்யியல் ஆகியவற்றை விமர்சனப் பூர்வமாக அணுகுவது எப்படி என்பதாகும். இதில் மதம், சடங்குகள் ஆகியவை கட்டாயம் கணக்கில் எடுத்துக்கொள்ளப்படும். லெவிஸ்ட்ராஸ் சொன்னது போல இந்த மதங்கள், சடங்குகள் ஆகியவற்றுக்கு உள்ளே தொழிற்படும் தொன்மங்களை நாம் கணக்கில் எடுத்துக்கொண்டு விமர்சனப் பார்வையுடன் அணுக வேண்டும். மதங்களின் தொன்மங்களை மானிடவியல் ரீதியாகவும், நாட்டுப்புறவியல்ரீதியாகவும் ஊடிழைப் பிரதி வாசிப்பின் (Inter- Textual- Reading) ஆராய்தல் வேண்டும்.

நீங்கள் முன்வைக்கும் தமிழ் அழகியல் என்பதற்கான முன்னோடிகள் யார்?

எனக்கு முன்னால் ஒரே ஒருவர்தான் Tamil Aesthetics என்ற பெயரில் ஆங்கில உரை ஒன்றை சென்னைப் பல்கலைக்கழகத்தில் நிகழ்த்தியிருக்கிறார். அவர் டாக்டர் தெ.பொ.மீனாட்சி சுந்தரனார். ஆனால் அவர் சொல்லும் தமிழ் அழகியல் என்பதும் நான் சொல்லும் தமிழ் அழகியல் எனபதும் வேறு வேறு. அவர் சைவ சித்தாந்தத்தில் வரும் சத்தியம் - சிவம் - சுந்தரம் என்பதில் வரும் சுந்தரம் என்பதுதான் தமிழ் அழகியல் என்று பேசுகிறார். இதில் எனக்கு உடன்பாடில்லை. தமிழ் வாழ்வியலோடு பரந்துபட்ட தமிழ் அழகியலை இந்து மத சைவ சித்தாந்தத்தின் ஓர் உட்பிரிவாக மாற்றுவதில் எனக்குச் சம்மதமில்லை. நான் முன் வைக்கும் தமிழ் அழகியல் என்பது மதங்களைக் கடந்தது. எனது தமிழ் அழகியல் மறைமலை அடிகள், திரு.வி.க, டாக்டர் தெ.பொ.மீனாட்சி சுந்தரனார் போன்றவர்கள் கட்டமைத்த தமிழ்ப் பண்பாட்டிலிருந்து முளைப்பது அல்ல. தமிழ்ச் சமூகத்தின் உயர்தட்டு மக்களின் தமிழ் அடையாளங்கள் என்பவை சம்ஸ்கிருத மயப்படுத்தல், மேலை மயப்படுத்தல் போன்ற ஆபத்துகளைக் கொண்டதாக உள்ளது என்பதைப் புரிந்துகொள்ள வேண்டும். இழிசினர் என்றும், படிக்காத கைநாட்டுப் பேர்வழிகள் என்றும் கருதப்படும் கீழ்த்தட்டு மக்களின் வாழ்வியலில் இன்றைக்கும் காணப்படும் சங்க காலத்திலிருந்து சலசலத்து ஓடிவரும் தமிழ்ப் பண்பாட்டுக் கலை வெளிப்பாடுகளைக் கண்டெடுத்து ஆவணப்படுத்துவதுதான் என்னுடைய தமிழ் அழகியல்.

அதேவேளையில் எனக்குத் தமிழ்ப் பண்பாட்டுக் கூறுகளை மகத்துவப்படுத்த வேண்டும் எனும் ஒற்றைச் செயல்திட்டம் கிடையாது. மாறாக அது பல்வேறு அடுக்குகள் கொண்டதாகவும், பல்வேறு குரல்கள் ஒலிப்பதாகவும் இருக்கும் தமிழ்ப் பண்பாட்டு அடையாளங்களை இன்றைய தமிழனின் வாழ்வியலின் ஊடாகக் கண்டெடுத்து அதை விமர்சனரீதியாக ஆராயும் செயல்திட்டம்.

இன்றைய கலை, கோயில் ஆகியவற்றை எடுத்துக்கொண்டால் வைதீக மத சார்ந்த விளக்கங்களே தரப்படுகின்றன? ஆனால், அவற்றில் வைதீகம் சாராத பௌத்தம் சமணத் தொடர்புகளும் இருந்திருக்கின்றன. அவை திரிக்கப்பட்டிருக்கின்றன அல்லது மறைக்கப்பட்டிருக்கின்றன. தமிழ் அழகியல் என்பதில் இவற்றை எவ்வாறு அடையாளப்படுத்துவீர்கள்?

தமிழ் அழகியல், தமிழர் மெய்யியல் என்று சொன்ன உடனேயே நாம் இந்துமதத் தொன்மங்களை மட்டுமே கணக்கில் எடுத்துக்கொள்கிறோம். தமிழ் பௌத்தம், தமிழ் சமணம், ஆசீவகம், லோகாயதம் ஆகிய பல்வேறு மதங்களின் தொன்மங்களும் இங்கிருக்கின்றன. அவற்றையும் கணக்கில் எடுத்துக்கொள்ள வேண்டும். சிலப்பதிகாரத்திலும் மணிமேகலையிலும் காணப்படும் தமிழர் மெய்யியல் கூறுகளை நாம் ஆராய்ந்து நெறிப்படுத்த வேண்டும். தொல்காப்பியர் முன் வைத்த ஐந்திணைக் கோட்பாட்டை ஓர் அழகியல் கோட்பாக வளர்த்தெடுக்க வேண்டும். அதே நேரத்தில் இன்றைய விளிம்புநிலைத் தமிழர்களின் வாழ்வியலில் காணக்கிடைக்கும் பாமர மக்களின் நிகழ்கலை, இசைக்கலை, அணிகலன்கள் என்று நீளும் வாழ்வியலின் ஒவ்வொன்றையும் தற்கால கலைக் கோட்பாடுகளின் வெளிச்சத்தில் ஆராய்தல் வேண்டும்.

மொழி சார்ந்த பொதுமை மட்டும் போதுமானதா? இங்கு சாதிகளாக, பல்வேறு குழுக்களாக இருக்கும் நிலையில் மொழியை மட்டுமே வைத்துத் தமிழ் அழகியல் என்று எப்படி வரையறுப்பீர்கள்? இந்த வேறுபாடுகளை எங்ஙனம் கணக்கில் எடுத்துக்கொள்வீர்கள்?

தமிழ் அழகியல் என்று நான் சொல்கிறபோதே தமிழ் என்பதை ஒரு மொழி அடையாளமாக மட்டும் எடுத்துக்கொள்ளக் கூடாது. மாறாகத் தமிழ் எனும் இனத்தின் அடையாளமாக, தனித்துவமான ஒரு பண்பாட்டின் குறியீடாக நாம் எடுத்துக்கொள்ள வேண்டும். பல்வேறு சாதி அடுக்குகளாகப் பிரிக்கப்பட்டிருக்கும் தமிழ்ச்சமூகத்தில் ஒவ்வொரு சாதி அடையாளத்தோடு அழகியலைக் கட்டமைத்தல்

என்பதே முன்னரே இருக்கும் ஓர் அநீதியான கட்டுமானத்தை மேலும் இறுக்கிக் கட்டி விடும் ஒரு செயல்பாடாக முடிந்துவிடும் என்று அஞ்சுகிறேன்.

சாதி என்ற பெயரில் இந்துமதம் கட்டி விட்டிருக்கும் கட்டுக்கதைகள் மிக விரைவில் தொழிற்நுட்பத்தின் முன்னால் உடைந்து சுக்கல் நூறாகப் போகிறது என்பது எனக்குப் புலப்படுகிறது. நாளை என்பதைப் பற்றி நாம் என்ன கனவு காண்கிறோமோ அதேதான் எதிர்காலத்தில் தோன்றும் என்பது எதிர்காலவியலின் ஓர் அசைக்க முடியாத அடிப்படைக் கருத்து என்று நோபல் பரிசுப் பெற்ற மானிடவியலாளர் மார்கிரேட் மீட் சொல்கிறார்.

சாதி அடையாளங்களும் அவற்றின் மீதான அநீதியான கட்டுமானங்களும் இன்றைய காலத்தின் அசைக்க முடியாத யதார்த்தங்கள் என்பது உண்மையே. ஆனால், இதனைத் தமிழ் அழகியல் எனும் மெய்யியல் விசாரணையின் ஒரு பகுதியாக ஏற்றுக்கொள்ளக் கூடாது என்று நான் முடிவு செய்திருக்கிறேன்.

நவீன இலக்கியம், நவீன ஓவியம், நவீன அழகியல் என்பவற்றில் ஒருவித மேட்டிமையான விளக்கமுறைகள் வந்துவிடுகின்றன. அவற்றை எவ்வாறு எதிர்கொள்ள வேண்டும்?

நவீனத்துவம் என்பது இந்தியாவுக்குள் நுழைந்தபோது ஒவ்வொரு பிரதேசமும் அதனை ஒவ்வொரு விதமாக வரையறுத்துக்கொண்டது. இதனை வட்டார நவீனத்துவம் (Regional Modernism) என்று வரையறுக்கலாம். எனவே, நவீனத்துவம் என்பது அந்தந்த வட்டாரத்தின் மொழி, வாழ்வியல், பண்பாட்டுப் பின்னணிக்கு ஏற்ப புதிய முறையில் வரையறுக்கப்பட்டுவிட்டது. இந்தியா முழுவதற்கும் பொதுவானதொரு நவீனத்துவம் என்பது இந்தோ ஆங்கில இலக்கியத்தில் மட்டும்தான் தெரிகிறது. நவீனத்துவம் என்பது தமிழ் இலக்கிய உலகில் நுழைந்தபோது 'எழுத்து' இலக்கியவாதிகள் வேதாந்த விசாரங்களையே நவீனக் கோட்பாடாக முன்னிறுத்தினார்கள். அது இன்று தேவதேவன், ஜெயமோகன் என்று நீள்கிறது. இதற்கு வால்ட் விட்மன் துணைக்கு அழைக்கப்பட்டார். பிச்சமூர்த்தி என்கிற கவிஞர் ஒரு கோயில் தர்மகர்த்தாவாக இருந்தவர். இவர் தனது வேதாந்த விசாரங்களையே நவீனக் கவிதையாக வெளிப்படுத்தினார். சி.சு.செல்லப்பா வத்தலகுண்டு பிராமணர் சங்கத்தின் தலைவர் என்பதை அவரே என்னிடம் சொல்லியிருக்கிறார். இவரது இலக்கியக் கோட்பாடுகள் வைதீகத்தின் நவீன அவதாரங்களாக வெளிப்பட்டுள்ளன.

மிகப்பெரிய கலைரீதியான எழுத்தாளராக முன்னிறுத்தப்படும் மௌனியின் சநாதன நவீனத்துவத்தை ஜமாலன் தன் புத்தகத்தில் சொல்லியிருக்கிறார்.

இயல் விருது அளித்துக் கொண்டாடப்பட்ட விமர்சகர் வெங்கட் சாமிநாதன் தனது இலக்கியக் கோட்பாடாக ‘உள்வட்டம்’, ‘வெளிவட்டம்’ என்ற ஒன்றை உருவாக்கினார். கலைத்தரமாக எழுதுவர்கள் என்று கருதுபவர்களை ‘உள்வட்டம்’ என்றும் அரசியல் ஆகியவற்றை எழுதியவர்கள் ‘வெளிவட்டம்’ என்றும் வெங்கட் சாமிநாதன் வரையறுத்தார். இது ஒரு நவீன இலக்கியக் கோட்பாடு போலத் தெரியலாம். ஆனால், இது ஒரு இலக்கிய சநாதனம்தான். இது அக்கிரகாரங்கள் என்கிற உள் வட்டங்களையும் சேரிகள் எனும் வெளி வட்டங்களையும் உருவாக்கிய சாதியச் சிந்தனைகளின் இலக்கிய மாறுவேடம் தவிர வேறில்லை. இவற்றைத் தெளிவுபடுத்திப் பல ஆண்டுகளுக்கு முன்னரே நான் ‘கவிதையின் அரசியல்’ என்கிற ஒரு புத்தகத்தை எழுதியிருக்கிறேன். திராவிடச் சிந்தனையை அரசியல் களத்தில் எதிர்கொள்ள முடியாதவர்கள் இலக்கியக் களத்தில் நவீனத்துவம் எனும் பெயரால் எதிர் கொண்டார்கள். இந்த மேட்டிமைத்தனத்தைத் தடுக்க வேண்டுமானால் ஒவ்வொரு இலக்கியச் செயல்பாட்டையும் கவனமாகப் பரிசீலிக்க வேண்டும்.

எழுத்தாளர்கள் தன்னம்பிக்கையுடன் இத்தகைய போக்குகளைப் புதிய எதிர்- கலாச்சார நடவடிக்கையால் தோல்வியுறச் செய்யலாம். இதனால்தான் ‘மேசைமேல் செத்த பூனை’ எனும் எதிர் கவிதைகளை நான் எழுதினேன். இப்படி எதிர்- கலாச்சாரக் குரல்களை உலகின் எந்தக் கோடியில் கண்டாலும் அவற்றைத் தமிழில் மொழிபெயர்த்துக்கொண்டு வந்தேன். குஜராத்தி, மராத்தி மொழியின் தலித் படைப்புகளை மொழிபெயர்த்து ‘பிணத்தை எறித்தே வெளிச்சம்’ எனும் மொழிபெயர்ப்பு நூலையும் கொண்டு வந்தேன். இப்படித்தான் நவீனத்துவத்தின் பெயரால் உள்நுழையும் மேட்டிமைத்தனத்தை ஐம்பது ஆண்டுகளாக எதிர்கொண்டு வருகிறேன்.

உலக இலக்கியங்களை மொழிபெயர்க்க வேண்டும் என்று எப்போது முடிவு செய்தீர்கள்? இவை இங்கு மொழிபெயர்க்கப்பட வேண்டிய படைப்பு என்று எவ்வாறு முடிவு செய்வீர்கள்?

மொழிபெயர்ப்பு என்பது எனக்கு மிகவும் வேடிக்கையான விதத்தில் அறிமுகமானது. பள்ளிச் சிறுவனாக இருந்தபோது எங்கள் வீட்டுக்கு அருகில் இருந்த அமெரிக்கன் நூலகத்திற்குச் சென்று

ஆங்கில நூல்களைப் படிக்கத் தொடங்கினேன். அவற்றில் என் புரிதலுக்கு மீறிய நூல்களின் ஆங்கிலம் எனக்குப் புரியவில்லை. அவற்றை அகராதியின் துணையுடன் தமிழில் மொழிபெயர்த்துப் படித்துப் புரிந்துகொண்டேன். இப்படித்தான் மொழிபெயர்ப்பு எனக்கு வசப்பட்டது. பிறகு அதே அமெரிக்க நூலகத்தில் காணப்பட்ட ஆப்ரோ - அமெரிக்க இலக்கியங்களால் நான் கவரப்பட்டேன். லாங்ஸ்டன் ஹியூக்ஸ், ரால்ஃப் எல்லீசன், அர்ணா பாண்டம்ஸ், மாயா ஏஞ்சலோ, டோனி மோரிசன் ஆகியோரை ஏன் தமிழில் யாருமே மொழி பெயர்ப்பதில்லை என்று நினைத்துப் பார்த்தேன். அந்தக் கறுப்பு இலக்கியங்களுக்குப் பக்கத்திலிருந்த எர்னெஸ்ட் ஹெமிங்வே, போன்ற பல வெள்ளை எழுத்தாளர்களை மொழிபெயர்த்து கசடதபற போன்ற இதழ்கள் வெளியிட்டன. ஆனால் மிகச் சிறப்பாகக் காணப்பட்ட கறுப்பு இலக்கியங்களை ஏன் யாரும் மொழிபெயர்ப்பது இல்லை என்று எனக்கு ஒரு கேள்வி எழுந்தது. அப்போதுதான் எனக்குப் பிடித்த கவிதைகளையும் சிறுகதைகளையும் நான் மொழிபெயர்த்து வைத்துக்கொண்டேன். ஒன்றை மொழிபெயர்த்தவுடன் அந்தப் பிரதி எனக்குச் சொந்தமாகி விட்டது போன்ற ஓர் உணர்வு. ஒருகாலகட்டத்தில் 1983இல் கவிஞர் மீரா அவர்கள் இப்படி அடிக்கடி ஆப்பிரிக்க இலக்கியம் பற்றிப் பேசுகிறீர்களே அவற்றை மொழிபெயர்த்து எங்களுக்குக் கொடுக்கக் கூடாதா? என்று கேட்டார். அப்போதுதான் நான் அவற்றையெல்லாம் தொகுத்து அவற்றில் சிறந்தவர்கள் எழுதியவைகளைத் தேர்ந்தெடுத்து ஒரு புத்தகமாக மாற்றினேன்.

நான் எழுத்துக்களைத் தேர்ந்தெடுத்தபோது அவை நமது தமிழ்ச் சூழலில் தமிழர்களின் சுண்டுவிரலையாவது சுரண்ட வேண்டும் என்கிற ஒரு கருத்தை வைத்திருந்தேன். ஒரு எழுத்தை நாம் மொழிபெயர்க்கிறோம் என்று சொன்னால் அது தமிழ்ச் சூழலில் ஏதாவது ஒரு மாற்றத்தைக் கொண்டு வர வேண்டும். அத்தகைய எழுத்தைத்தான் நாம் மொழிபெயர்க்க வேண்டும் என்று தீர்மானமாக முடிவு செய்திருந்தேன். எனவேதான் அப்படி இல்லாத இலக்கியங்களை அவை பிற மொழி இலக்கியங்கள் என்ற ஒரே காரணத்திற்காகவே மொழிபெயர்ப்பது எனக்குச் சம்மதமாக இல்லை.

மிகப் புதுமையான எழுத்து முறைகளைத் தமிழுக்கு அறிமுகப்படுத்தக்கூடிய படைப்புகளையும் நான் மொழி பெயர்த்துத் தமிழுக்குக் கொண்டு வந்தேன். ஆப்பிரிக்க இலக்கியத்துக்குப் பிறகு

மூன்றாம் உலக இலக்கியங்களின் மொழிபெயர்ப்புத் தொடங்கினேன். அதன் பிறகு உலக இலக்கியங்களை மொழிபெயர்க்கும்போது இந்திய இலக்கியங்களிலேயே பல எதிர்ப்பு இலக்கியங்களைத் தமிழில் அறிமுகப்படுத்தவில்லையே என்று ஒரு யோசனை தோன்றியது. எனவே செரபண்டராஜு போன்றோரின் எதிர்ப்பு இலக்கியங்களையும், ஞானபீடம் போன்ற விருது பெற்ற எழுத்துகளையும் ஒருசேர மொழிபெயர்த்து 'காற்றுக்குத் திசை இல்லை' எனும் தொகுப்பாகக் கொண்டு வந்தேன். எனவே, மொழிபெயர்ப்பு என்பது தமிழில் புதிய பரிமாணத்தை ஏற்படுத்தும் ஒரு செயல்பாடு என்று நான் நம்புகிறேன். அதுமட்டுமல்ல வெவ்வேறு பண்பாடுகள் உள்ள மனிதர்களை அன்பினால் அரவணைக்கும் ஒரு செயல்தான் மொழிபெயர்ப்பு என்று இன்றைக்கும் நம்புகிறேன். இதனாலேயே தினந்தோறும் மொழிபெயர்ப்புகளை எனது முகநூலில் வெளியிடுகிறேன்.

நீலம், நவம்பர் 2021

இந்திரன் கவிதைகள்

மொழிபெயர்ப்பு: *D.*வெங்கட்ரமணன்

எளிமை. தன்னடக்கம். பணிவு. இவற்றுடன் மேன்மையான கவித்துவம் சேர்ந்தால், என் மனதில் தோன்றும் ஒரே பெயர்: இந்திரன். சிலருக்குத் தன்னடக்கம் ஒரு தந்திர யுக்தி, மந்திரகோலாகவும் ஆகலாம். ஆனால் இவருக்கோ தன்னடக்கம் அவருடைய உயிர்நாடி; எழுத்துகளின் உணர்வுகளுக்கு ஓர் ஊன்றுகோல்.

இந்திரனுடனான என் முதல் சந்திப்பு 2021இல் சென்னை பல்கலைக்கழகத்தில், ஆங்கிலத் துறை பேராசிரியர் அழகரசன் நடத்திய 'Refresher Course'இல் நடந்தது. 2022இல் இதே துறையில் கணினி மூலம் நான் நடத்திய 'Refresher Course'இல் மீண்டும் இந்திரன் பேசினார். இரண்டு முறையும் இந்திரன் அவர்களின் சிந்தனையும் பேச்சும் என்றும்போல் எல்லோரையும் வசப்படுத்தியது. இதன் பிறகு, நான் அவருடன் வாரத்தில் ஒருநாளாவது பேசுவதற்குத் தவறுவதில்லை. அவருடைய பேச்சு மகத்தான புத்தகம் வாசித்த அனுபவம் போலிருக்கும். அவருடைய சிந்தனை ஓட்டம் 'காற்றைப் போல் பாயும்'. பல தலைப்புகளில் அவர் பேச்சு மாற்றிக்கொண்டே போவார். நான் மகிழ்ச்சியுடன், வியப்படைந்துகொண்டே போவேன்.

ஒருமுறை 2010இல் டப்லினில் கலை விழா ஒன்றில் நேர்ந்த அனுபவத்தைப் பற்றி என்னிடம் பகிர்ந்துகொண்டார்.

இதையே, தீராநதியில், ‘ஐம்புலன்களின் சுவையை எழுதுவதே கவிதை’ என்ற தலைப்பில் அற்புதமான கட்டுரையாக எழுதினார்.

பலரைப் போல் நானும் அவர் கவிதைகளுக்கு அடிமை. கவிதைப் பற்றிப் பேசுவதும், எழுதுவதும், விவாதிப்பதும், கற்பிப்பதும் எனக்குப் பிடித்தமான ஒன்று. இச்சூழ்நிலையில், அவருடைய ‘இந்திரன் கவிதைகள் *1982 – 2020:* பிரம்மைகளின் மாளிகை’, நூலை வாசிக்க நேர்ந்தது. அன்று முதல் இன்று வரை, அந்தக் கவிதை தொகுப்பு எனக்கு ஒரு நண்பனாக மாறிவிட்டது. கவிதைகளைப் படித்தபோது, அவை என்னை மொழிபெயர்க்க அழைத்தன; விளையாட்டாக மொழிபெயர்க்கும் வித்தைக்குள் நுழைந்தேன்.

பெரும்பாலான கவிதைகள் படிப்பதற்கு மிக எளிமையாக இருந்தன. ஆனால் அதை மொழிபெயர்ப்பது அவ்வளவு சுலபமாகத் தோன்றவில்லை. கவிதைகளின் வெளித்தோற்றம் எளிமையாக இருக்கும். ஆனால், அதன் ஆழம் நாம் யூகிக்க முடியாதது. அவர் கவிதைகள் பெரும்பாலும் வாசகருடன் பேசுவது போலான நடையில் அமைந்திருக்கும். ‘பறவையும் குழந்தையும்’ என்ற கவிதையில், ஓர் குழந்தை பால்கனியில் பறவையைத் தேடுகிறது. ஒற்றை இறகை மட்டும் பார்க்கிறது. கவிஞன் அதை எடுக்கப் போக, குழந்தை அலறுகிறது. இந்த அலறலை ஆங்கிலத்தில் தத்ரூபமாக என்னால் மொழிபெயர்க்க இயலவில்லை. ‘ஸ்கீரிம்டு’ என்று எழுதினேன். ஆனால், அந்தக் குழந்தையின் சத்தம் தனித்துவமானது. இன்னொரு கவிதை, இரவில் பெய்யும் மழையைப் பற்றியது. யாரும் அதன் வரவை ஏற்கவில்லை. அதனால் ‘துக்கம் அதிகமாகி மாரடித்துப் புலம்பியது.’ இந்தப் புலம்பலை மொழிபெயர்ப்பது கடினமாக இருந்தது. இந்திரன் கவிதைகளின் எளிமையான தன்மையே மொழிபெயர்ப்பாளருக்குப் பெரும் சவாலாக உள்ளது. எளிமையான தமிழ் வார்த்தைகளின் ஆழத்தை ஆங்கிலத்தில் கொண்டு போய் சேர்ப்பது சொப்பனமாகவே தோன்றுகிறது. எனினும், இந்திரன் கவிதைகள் படித்தவுடன் மொழிபெயர்க்க அழைக்கின்றன. அந்த அழைப்பின் விளைவே நான் மொழிபெயர்த்த இந்தச் சிறு துளிகள். கவிஞர் இந்திரன் எழுப்பியுள்ள ‘பிரம்மைகளின் மாளிகை’யில் நானொரு நிரந்தர வாசகன். ஆங்கிலத்தில் அவர் கவிதைகளைத் தேடிப் படிக்க என் மொழிபெயர்ப்பு ஓர் அணுவாவது தூண்டும் என்று நம்புகிறேன்.

அவருடைய எல்லாக் கவிதைகளையும் ஆங்கிலத்தில் மொழிபெயர்க்க வேண்டும் என்பது என் நீண்ட நாள் கனவாகும்.

கனவு மெய்ப்படும் என்று நம்புகிறேன். தீராநதியான அவர் படைப்புகள் என்றும் சிறந்த நீரோட்டமாகத் திகழ வேண்டும் என்று வாழ்த்துகிறேன்.

THE LITTLE GIRL WHO DREW A PICTURE OF A GOD

Someone had taught the little girl:
it was God who had created
this world

Now, she's drawing a picture
of God.

Big scribblings,
Tiny lines, circles..
She called them 'God'.

Yesterday
I took and saw
her drawing
of a human being.

Both scribblings
seemed almost
the same.
Showing both
I asked her:
Which is that of God?
Which is that of a human being?
The scribbled God, she said
was a human being.
The scribbled human being, she said
was God.

O

கடவுள் படம் வரையும் சிறுமி

யாரோ சொல்லிக் கொடுத்து விட்டார்கள்
சிறுமிக்கு
கடவுள்தான் இவ்வுலகத்தைப் படைத்தார் என்று.

அவள் இப்போது கடவுள் படம் வரைகிறாள்.

பெரிய கிறுக்கல்கள். சிறிய கோடுகள்
வட்டங்கள் வரைந்து கடவுள் என்றாள்.

நேற்று அவள் வரைந்த
மனிதன் படத்தை எடுத்துப் பார்த்தேன்.

இரண்டு கிறுக்கல்களும்
ஏறத்தாழ ஒரே ஜாடையில் இருந்தன.

இரண்டையும் அவளிடம் காட்டி
எது மனிதன் எது கடவுள்
என்று கேட்டேன்.

கடவுள் கிறுக்கலை மனிதன் என்றும்
மனிதன் கிறுக்கலைக் கடவுள் என்றும்
சொன்னாள்.

31 ஜூலை 2020

WIFE WANTED

*You need a wife
if
you want to live
as a poet.*

*To
tell you to put in order
the disordered books.*

*To
oppose, scold you
if you write poems
disrespecting women.*

*To
return on time
books borrowed
from a lending library.*

*To
remind you
now and again
how dogs barked
when the great poet Bharathi
walked on the streets.*

*To
remind you
you have two
daughters of marriageable age.*

*To
borrow money from the neighbor
for your plane ticket
to attend the Sahitya Akademi function
in another State.*

To
remind you in the morning
how, last night you drunk with a poet
who stole your lines and became popular
who brought you home safely in an auto.

To
build a memorial house
for you tomorrow
pestering you to at least buy a house
in the Housing Board.

A poet
necessarily
needs
a wife.

○

மனைவி தேவை

கவிஞனாக நீ வாழ வேண்டுமென்றால்
உனக்கொரு மனைவி தேவை.

கலைத்துப் போட்ட புத்தகங்களை
அடுக்கி வைக்கச் சொல்லவும்

பெண்களை அவமதிக்கும் கவிதைகளை நீ எழுதினால்
உன்னை எதிர்த்துப் பேசி கண்டிக்கவும்

நூலகத்து புத்தகங்களைச்
சரியான நேரத்துக்குத் திருப்பிக் கொடுக்கவும்

மகாகவி பாரதி தெருவில் நடந்த போது
அவரைப் பார்த்து நாய்கள் குரைத்தன என்பதை அடிக்கடி
உனக்கு எடுத்துச் சொல்லவும்

உனக்குக் கலயாண வயதில்
இரண்டு மகள்கள் இருக்கிறார்கள் என்பதை
ஞாபகப் படுத்தவும்

வெளி மாநிலத்தில் நடக்கும்
சாகித்திய அகாடமி கூட்டத்துக்குப் போக
விமான டிக்கெட் வாங்க பக்கத்து வீட்டில்
கடன் வாங்கிக் கொடுக்கவும்.

நீ எழுதிய வரிகளைத் திருடி
பேர் வாங்கிய கவிஞனோடு
நேற்றிரவு மது அருந்தி மட்டையான உன்னை
ஆட்டோவில் ஆதரவாய் அவன் அழைத்துவந்ததை
காலையில் உனக்குச் சொல்லிக் காட்டவும்

நாளை உனக்கு
ஒரு நினைவு இல்லம் அமைக்க
ஹவுஸிங் போர்டிலாவது
ஒரு வீடு வாங்கச் சொல்லி நச்சரிக்கவும்

கவிஞனுக்குக் கட்டாயம்
ஒரு மனைவி தேவை.

PURE SPIRITS

I had dreamt
of meeting in Hell
those whom I could not
meet in person
those cruel administrators
and
scold them
to my heart's content.

When only arriving in Hell
I came to know
all of them
were in Heaven.

O

பரிசுத்த ஆவிகள்

என்னால் நேரில் சந்திக்க முடியாத
கொடுமையான பல ஆட்சியாளர்களை
நான் நரகத்தில் சந்தித்து
ஆசைதீர நாலு வார்த்தை திட்டலாம் என்ற
கனவில் இருந்தேன்.

நரகத்துக்கு வந்து பார்த்தால்தான் தெரிகிறது
அவர்கள் எல்லோரும்
சொர்க்கத்தில் இருக்கிறார்கள் என்பது.

21 செப்டம்பர் 2020

O

FIRST LOVE

Soaked
in the stream of memories
bloated...shining,
my first love:
an orphaned
corpse
afloat on a river
slightly rotten...
I took it
set it on afire
from the
flesh-turned ashes
whitened bones
keep flashing
me
a smile
even now.

O

முதல் காதல்

ஆற்றில் மிதக்கும்
அனாதைப் பிணமாய்
என்
முதல் காதல்.
நினைவு நீரோட்டத்தில்
ஊறி, ஊதிப்போய் பளபளப்பாய்
சற்றே அழுகிப் போன
அதனை எடுத்து
சிதையில் வைத்தேன்.
சாம்பலாகிவிட்ட சதைக்குள்ளிருந்து
வெள்ளை வெளேரென எலும்புகள்
பளிச்சென சிரிக்கும்
இன்னமும்
என்னைப் பார்த்து.

O

THE BIRD AND THE CHILD

When I open the door in the morning
The bird in the balcony was missing
Like a silent witness
Its single feather, cotton-like
lay on the floor
Seeing me bend to take the feather
The child acreamed
Told me to keep
grains and water for the feather.
Next morning,
When I opened the door
The feather
had flown away
somewhere...

○

பறவையும் குழந்தையும்

காலையில் கதவைத் திறந்தால்
பால்கனியில் பறவையைக் காணோம்
மௌன சாட்சியாய் தரையில்
இலவம் பஞ்சு போல் அதன் ஒற்றை இறகு.
குனிந்து கையில் எடுக்கப் போன என்னைப் பார்த்து
அலறியது குழந்தை...
சிறகுக்கு
தானியமும் தண்ணீரும் வைக்கச் சொன்னது குழந்தை...
மறுநாள் காலையில்
கதவைத் திறந்தால்
சிறகு எங்கோ பறந்து போய் இருந்தது...

LEVEL CROSSING

Waiting
as if at a level crossing
irrespective of age
all are waitng
for death.

On scooters, cycles, cars
gazing at others
also waiting
thinking nasty things about them
chatting on cell phones
listening to songs within the car
mumbling "Che.. what a delay"
they are waiting
for death,

But death does not wait
for
any one

○

லெவல் கிராசிங்

லெவல் கிராசிங்கில்
காத்திருப்பது போல
வயது வித்தியாசமில்லாமல்
எல்லோரும் காத்திருக்கிறார்கள்
மரணத்துக்காக.

ஸ்கூட்டரில், சைக்கிளில், காரில்
தன்னோடு காத்திருக்கும் சக மனிதர்களை
வேடிக்கை பார்த்துக் கொண்டும்
அவர்களைப் பற்றி அவதூறாய்
ஏதேனும் நினைத்துக் கொண்டும்
கைபேசியில் பேசிக் கொண்டும்
காரில் பாட்டு கேட்டுக் கொண்டும்
சே.. என்ன தாமதம் என்று முணுமுணுத்துக் கொண்டும்
காத்திருக்கிறார்கள் மரணத்துக்காக.

ஆனால் மரணம் யாருக்காகவும் காத்திருப்பதில்லை.

❍

இந்திரன் நூற்பட்டியல்

அறைக்குள் வந்த ஆப்பிரிக்க வானம்
இந்திரன் கவிதைகள் - பிரமைகளின் மாளிகை
பிரபஞ்சத்தின் சமையல் குறிப்பு புத்தகம் - எதிர்க் கவிதைகளும் பிற கவிதைகளும்
இந்திரன் காலம்
கவிதை அனுபவம் இந்திரன் வ.ச.ஜெயபாலன்
தோட்டத்து மேசையில் பறவைகள்
வேரும் விழுதும் - தற்கால தமிழ் பண்பாடு பற்றிய கட்டுரைகள்
மேசைமேல் செத்த பூனை - எதிர்க் கவிதைகள்
கடவுளுக்கு முன் பிறந்தவர்கள் - ஆதிவாசி கவிதைகள்
இந்திரன் கவிதை ஓவியம் சிற்பம் சினிமா
உலகிலேயே சிறந்த புத்தகம்
Sirpi Balasubramaniam A Reader
இந்திர ஜாலம் - நா.வே.அருள்

கலை விமர்சனம்

நவீன கலையின் புதிய எல்லைகள்
ரே: சினிமாவும் கலையும்
தமிழ் அழகியல்
Man & Modern Myth
தற்கால கலை: அகமும் புறமும்
Taking his art to Tribals
தேடலின் குரல்கள்: தமிழக தற்கால கலை வரலாறு
நவீன ஓவியம்
கலை - ஓவியம் - சிற்பம் பற்றிய கட்டுரைகள்

கவிதைகள்

திருவடி மலர்கள்

Syllables of Silence

அன்னியன்

முப்பட்டை நகரம்

சாம்பல் வார்த்தைகள் - நெடுங்கவிதை

Selected Poems of Indran

மின்துகள் பரப்பு

மிக அருகில் கடல்

மொழிபெயர்ப்பு (தொகுப்பு)

காற்றுக்கு திசையில்லை (இந்திய இலக்கியம்)

பசித்த தலைமுறை - மூன்றாம் உலக இலக்கியம்

பிணத்தை எரித்தே வெளிச்சம் - தலித் இலக்கியம்

Kavithayana - Trilingual Collection of Oriya Poetry

மஞ்சள் வயலில் வெறி பிடித்த தும்பிகள் - ஒரிய கவி

பறவைகள் ஒருவேளை தூங்கிப் போயிருக்கலாம் (சாகித்ய அகாதமி விருது)

தொகுப்பு

இந்திரன் நடத்திய போபால் மனித அருங்காட்சியகத்திற்கான கட்டுரைகள்

2002: புதுச்சேரி மனசில் கீறிய சித்திரங்கள்

இதழாசிரியர் (தொகுப்பு)

The Living Art - An Art Magazine

நுண்கலை - ஓவிய நுண்கலை குழுவின் கலை இதழ்